Practice
Workbook

This is Genesis Curriculum's Multiplication Facts Practice Workbook. It just takes five minutes a day. They will practice with the same sheet every day which will give them the chance to improve every day.

The first two weeks will introduce your child to the multiplication facts. They can count and refer back as much as they need to in order to answer their fact sheets. Every time they answer correctly, it's practice.

When you are ready to use page 8, you'll need to show your child the tricks for multiplying by nine to see which they think one is the easiest way to do it. The goal is to get to the point of not needing the trick, but you need to get the answers in the first place to practice them.

1. You can count on your fingers. If you are multiplying 9 x 7, then you put down your seventh finger. That leaves six fingers on one side and three on the other. That's 63, the answer.

2. The first digit in the answer is one less than the number you are multiplying by 9 x 6 is 54. 5 is one less than 6. The second digit is whatever adds up to 9. 5+4 = 9 Another example: 8 x 9 = 72 7 is one less than 8 and 7 + 2 = 9

3. Multiplying by 9 is almost multiplying by ten, just one less. You could multiply by ten and take one away for each time you multiplied by nine, so you could say 9 x 5 is 50 – 5 or 45. 10 x 5 = 50 and then we subtract the number we multiplied by.

Once you get to the facts practice, give your child five minutes on a timer to answer as many correctly as possible. After five minutes have your child skip to the end and do the last six problems which are addition and subtraction review. Then check the answers. Write the total number correct and the total number of wrong answers (not blank, just incorrectly answered ones.) Subtract the incorrect total from the correct total and enter the score. Every day your child beats their high score, reward your child. Division should come next.

Use the examples to write the multiplication problems shown by the images.

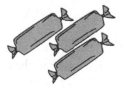   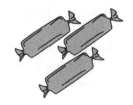

3 x 4 = 12

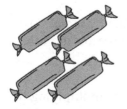 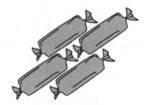 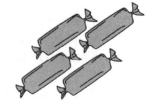

4 x 3 = 12

Write the equation shown by the pictures.

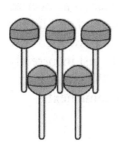 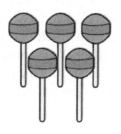 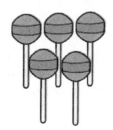

Write the equation shown by the pictures.

Multiplication is adding over and over and over again. To make it fast and easy we multiply.

Add.

$2 + 2 + 2 + 2 + 2 + 2 + 2 + 2 =$

Multiply. To multiply by 2 we just double the number. What's 8 two times, eight and eight more? Write it below to answer the multiplication problem.

$8 \times 2 =$

Can you see how multiplication can be much simpler? It's faster to write and to figure out.

Count by twos to answer these multiplication problems. The first answer is zero. If I give you two candies zero times, you would have no candies. ☹ If I gave you two candies one time, how many candies would you have? (That's the second answer below.)

$2 \times 0 =$ $2 \times 6 =$

$2 \times 1 =$ $2 \times 7 =$

$2 \times 2 =$ $2 \times 8 =$

$2 \times 3 =$ $2 \times 9 =$

$2 \times 4 =$ $2 \times 10 =$

$2 \times 5 =$ $2 \times 11 =$

Multiplication is adding over and over and over again. To make it fast and easy we multiply.

Add.

3 + 3 + 3 + 3 + 3 + 3 + 3 + 3 =

Multiply. (Hint: It's the same answer as above. It's also 8 x 2 plus 8 more because we're adding 8 three times today instead of two. That's the same as adding three eight times. You can look at it either way!)

8 x 3 =

Count by threes to answer these multiplication problems. Do you remember the first answer? If I gave you three pieces of chocolate zero times, how many would you have? What if I gave you three pieces one time? Write in the answers below. Keep counting on three to answer the problems.

3 x 0 =   3 x 6 =

3 x 1 =   3 x 7 =

3 x 2 =   3 x 8 =

3 x 3 =   3 x 9 =

3 x 4 =   3 x 10 =

3 x 5 =   3 x 11 =

Add.

$4 + 4 + 4 + 4 + 4 + 4 + 4 + 4 =$

Multiply. (Hint: It's the same answer as above. It's also 8 x 3 plus 8 more because we're adding 8 four times today instead of two. That's the same as adding four eight times. You can look at it either way.)

$8 \times 4 =$

Count by fours to answer these multiplication problems. Do you remember the first answer? If I gave you four pieces of chocolate zero times, how many would you have? What if I gave you four pieces one time? Write in the answers below. Keep counting on four to answer the problems.

$4 \times 0 =$ $4 \times 6 =$

$4 \times 1 =$ $4 \times 7 =$

$4 \times 2 =$ $4 \times 8 =$

$4 \times 3 =$ $4 \times 9 =$

$4 \times 4 =$ $4 \times 10 =$

$4 \times 5 =$ $4 \times 11 =$

Add.

$5 + 5 + 5 + 5 + 5 + 5 + 5 + 5 =$

Multiply. (Hint: It's the same answer as above. It's also 8 x 4 plus 8 more because we're adding 8 five times today instead of two. That's the same as adding five eight times. You can look at it either way.)

$8 \times 5 =$

Count by fives to answer these multiplication problems. Do you remember the first answer? Write in the answers below. Keep counting on five to answer the problems. What do you notice about multiplying by ten and by eleven? What makes those answers easy to remember?

$5 \times 0 =$ $5 \times 6 =$

$5 \times 1 =$ $5 \times 7 =$

$5 \times 2 =$ $5 \times 8 =$

$5 \times 3 =$ $5 \times 9 =$

$5 \times 4 =$ $5 \times 10 =$

$5 \times 5 =$ $5 \times 11 =$

Practice multiplying. Multiplying by 0 is 0. Multiplying by 1 is just the number itself. Multiplying by 2 is doubling the number, adding it to itself. Count by threes, fours, or fives, where you need to in order to figure out the correct answer.

0 x 0 =	3 x 2 =
5 x 1 =	2 x 7 =
3 x 4 =	2 x 9 =
4 x 0 =	3 x 8 =
4 x 1 =	5 x 3 =
3 x 6 =	4 x 0 =
4 x 4 =	2 x 8 =
3 x 9 =	4 x 3 =
5 x 6 =	2 x 6 =
2 x 1 =	3 x 7 =
3 x 5 =	4 x 9 =

You know that 2 + 3 = 5 and 3 + 2 = 5. Right?

And you know that 2 + 7 = 9 and 7 + 2 = 9, right?

Multiplication is just adding, a lot. So it works the same way. We can switch the numbers around and get the same answer. So you already know what 9 x 2 is and 8 x 5 or at least how to figure them out. What are those answers?

2 x 9 =   9 x 2 =

5 x 8 =   8 x 5 =

6 x 4 =   9 x 3 =

8 x 4 =   7 x 5 =

9 x 5 =   8 x 3 =

6 x 2 =   7 x 4 =

9 x 4 =   8 x 2 =

6 x 3 =   7 x 3 =

6 x 5 =   7 x 2 =

Today I want you to practice multiplying by nine. On the parent's introduction page of this book, it tells a few different tricks for multiplying by nine. You can use your fingers, add to nine, or subtract. You can try all three and see what you think is easiest for you.

9 x 2 =

9 x 3 =

9 x 4 =

9 x 5 =

9 x 6 =

9 x 7 =

9 x 8 =

9 x 9 =

You've already learned most of the multiplication facts. You still need to practice them a lot to get them fast, but you almost know them all.

Sometimes the easiest to memorize are the doubles like 3 x 3 and 7 x 7. Here are the doubles you haven't learned yet.

6 x 6 = 36   7 x 7 = 49   8 x 8 = 64

Practice with these doubles.

1 x 1 =   5 x 5 =

3 x 3 =   6 x 6 =

0 x 0 =   4 x 4 =

7 x 7 =   2 x 2 =

8 x 8 =   9 x 9 =

5 x 5 =   7 x 7 =

4 x 4 =   8 x 8 =

6 x 6 =   1 x 1 =

9 x 9 =   3 x 3 =

8 x 8 =   7 x 7 =

You're almost done. There are just few more facts left to learn. We'll practice those today.

$6 \times 7 = 42$ $7 \times 8 = 56$ $6 \times 8 = 48$
$7 \times 6 = 42$ $8 \times 7 = 56$ $8 \times 6 = 48$

Practice with these.

$6 \times 8 =$ $7 \times 6 =$

$6 \times 6 =$ $8 \times 7 =$

$9 \times 7 =$ $8 \times 6 =$

$7 \times 7 =$ $6 \times 7 =$

$8 \times 8 =$ $9 \times 9 =$

$7 \times 8 =$ $8 \times 7 =$

$4 \times 6 =$ $3 \times 8 =$

$3 \times 6 =$ $8 \times 1 =$

$9 \times 4 =$ $6 \times 7 =$

$8 \times 6 =$ $7 \times 8 =$

$3 \times 7 =$	$3 \times 4 =$	$9 \times 1 =$
$5 \times 2 =$	$2 \times 1 =$	$8 \times 7 =$
$4 \times 4 =$	$3 \times 5 =$	$2 \times 9 =$
$6 \times 7 =$	$5 \times 5 =$	$2 \times 2 =$
$9 \times 3 =$	$4 \times 2 =$	$4 \times 6 =$
$5 \times 8 =$	$8 \times 6 =$	$8 \times 3 =$
$8 \times 4 =$	$9 \times 2 =$	$7 \times 1 =$
$2 \times 3 =$	$6 \times 5 =$	$7 \times 5 =$
$6 \times 8 =$	$4 \times 7 =$	$6 \times 2 =$
$9 \times 7 =$	$1 \times 3 =$	$9 \times 6 =$
$1 \times 6 =$	$2 \times 4 =$	$8 \times 1 =$
$2 \times 8 =$	$3 \times 6 =$	$9 \times 9 =$
$6 \times 3 =$	$6 \times 9 =$	$2 \times 7 =$
$9 \times 5 =$	$3 \times 9 =$	$1 \times 4 =$
$4 \times 1 =$	$8 \times 8 =$	$3 \times 2 =$
$5 \times 3 =$	$4 \times 9 =$	$7 \times 9 =$
$3 \times 3 =$	$8 \times 2 =$	$0 \times 8 =$
$6 \times 4 =$	$4 \times 5 =$	$5 \times 7 =$
$7 \times 6 =$	$2 \times 5 =$	$3 \times 1 =$
$8 \times 9 =$	$6 \times 6 =$	$7 \times 7 =$
$5 \times 6 =$	$7 \times 8 =$	$5 \times 1 =$
$3 \times 8 =$	$5 \times 9 =$	$1 \times 2 =$
$2 \times 6 =$	$4 \times 8 =$	$6 + 7 =$
$7 \times 3 =$	$1 \times 9 =$	$17 - 8 =$
$8 \times 5 =$	$7 \times 2 =$	$5 + 9 =$
$9 \times 4 =$	$6 \times 1 =$	$14 - 8 =$
$7 \times 4 =$	$4 \times 3 =$	$3 + 7 =$
$5 \times 4 =$	$8 \times 9 =$	$16 - 8 =$

3 x 7 =	3 x 4 =	9 x 1 =
5 x 2 =	2 x 1 =	8 x 7 =
4 x 4 =	3 x 5 =	2 x 9 =
6 x 7 =	5 x 5 =	2 x 2 =
9 x 3 =	4 x 2 =	4 x 6 =
5 x 8 =	8 x 6 =	8 x 3 =
8 x 4 =	9 x 2 =	7 x 1 =
2 x 3 =	6 x 5 =	7 x 5 =
6 x 8 =	4 x 7 =	6 x 2 =
9 x 7 =	1 x 3 =	9 x 6 =
1 x 6 =	2 x 4 =	8 x 1 =
2 x 8 =	3 x 6 =	9 x 9 =
6 x 3 =	6 x 9 =	2 x 7 =
9 x 5 =	3 x 9 =	1 x 4 =
4 x 1 =	8 x 8 =	3 x 2 =
5 x 3 =	4 x 9 =	7 x 9 =
3 x 3 =	8 x 2 =	0 x 8 =
6 x 4 =	4 x 5 =	5 x 7 =
7 x 6 =	2 x 5 =	3 x 1 =
8 x 9 =	6 x 6 =	7 x 7 =
5 x 6 =	7 x 8 =	5 x 1 =
3 x 8 =	5 x 9 =	1 x 2 =
2 x 6 =	4 x 8 =	4 + 7 =
7 x 3 =	1 x 9 =	16 − 8 =
8 x 5 =	7 x 2 =	3 + 9 =
9 x 4 =	6 x 1 =	15 − 8 =
7 x 4 =	4 x 3 =	2 + 7 =
5 x 4 =	8 x 9 =	17 − 8 =

3 x 7 =	3 x 4 =	9 x 1 =
5 x 2 =	2 x 1 =	8 x 7 =
4 x 4 =	3 x 5 =	2 x 9 =
6 x 7 =	5 x 5 =	2 x 2 =
9 x 3 =	4 x 2 =	4 x 6 =
5 x 8 =	8 x 6 =	8 x 3 =
8 x 4 =	9 x 2 =	7 x 1 =
2 x 3 =	6 x 5 =	7 x 5 =
6 x 8 =	4 x 7 =	6 x 2 =
9 x 7 =	1 x 3 =	9 x 6 =
1 x 6 =	2 x 4 =	8 x 1 =
2 x 8 =	3 x 6 =	9 x 9 =
6 x 3 =	6 x 9 =	2 x 7 =
9 x 5 =	3 x 9 =	1 x 4 =
4 x 1 =	8 x 8 =	3 x 2 =
5 x 3 =	4 x 9 =	7 x 9 =
3 x 3 =	8 x 2 =	0 x 8 =
6 x 4 =	4 x 5 =	5 x 7 =
7 x 6 =	2 x 5 =	3 x 1 =
8 x 9 =	6 x 6 =	7 x 7 =
5 x 6 =	7 x 8 =	5 x 1 =
3 x 8 =	5 x 9 =	1 x 2 =
2 x 6 =	4 x 8 =	6 + 4 =
7 x 3 =	1 x 9 =	14 − 8 =
8 x 5 =	7 x 2 =	5 + 5 =
9 x 4 =	6 x 1 =	14 − 9 =
7 x 4 =	4 x 3 =	3 + 4 =
5 x 4 =	8 x 9 =	16 − 9 =

3 x 7 =	3 x 4 =	9 x 1 =
5 x 2 =	2 x 1 =	8 x 7 =
4 x 4 =	3 x 5 =	2 x 9 =
6 x 7 =	5 x 5 =	2 x 2 =
9 x 3 =	4 x 2 =	4 x 6 =
5 x 8 =	8 x 6 =	8 x 3 =
8 x 4 =	9 x 2 =	7 x 1 =
2 x 3 =	6 x 5 =	7 x 5 =
6 x 8 =	4 x 7 =	6 x 2 =
9 x 7 =	1 x 3 =	9 x 6 =
1 x 6 =	2 x 4 =	8 x 1 =
2 x 8 =	3 x 6 =	9 x 9 =
6 x 3 =	6 x 9 =	2 x 7 =
9 x 5 =	3 x 9 =	1 x 4 =
4 x 1 =	8 x 8 =	3 x 2 =
5 x 3 =	4 x 9 =	7 x 9 =
3 x 3 =	8 x 2 =	0 x 8 =
6 x 4 =	4 x 5 =	5 x 7 =
7 x 6 =	2 x 5 =	3 x 1 =
8 x 9 =	6 x 6 =	7 x 7 =
5 x 6 =	7 x 8 =	5 x 1 =
3 x 8 =	5 x 9 =	1 x 2 =
2 x 6 =	4 x 8 =	2 + 8 =
7 x 3 =	1 x 9 =	13 − 6 =
8 x 5 =	7 x 2 =	7 + 5 =
9 x 4 =	6 x 1 =	15 − 6 =
7 x 4 =	4 x 3 =	6 + 8 =
5 x 4 =	8 x 9 =	13 − 7 =

3 x 7 =	3 x 4 =	9 x 1 =
5 x 2 =	2 x 1 =	8 x 7 =
4 x 4 =	3 x 5 =	2 x 9 =
6 x 7 =	5 x 5 =	2 x 2 =
9 x 3 =	4 x 2 =	4 x 6 =
5 x 8 =	8 x 6 =	8 x 3 =
8 x 4 =	9 x 2 =	7 x 1 =
2 x 3 =	6 x 5 =	7 x 5 =
6 x 8 =	4 x 7 =	6 x 2 =
9 x 7 =	1 x 3 =	9 x 6 =
1 x 6 =	2 x 4 =	8 x 1 =
2 x 8 =	3 x 6 =	9 x 9 =
6 x 3 =	6 x 9 =	2 x 7 =
9 x 5 =	3 x 9 =	1 x 4 =
4 x 1 =	8 x 8 =	3 x 2 =
5 x 3 =	4 x 9 =	7 x 9 =
3 x 3 =	8 x 2 =	0 x 8 =
6 x 4 =	4 x 5 =	5 x 7 =
7 x 6 =	2 x 5 =	3 x 1 =
8 x 9 =	6 x 6 =	7 x 7 =
5 x 6 =	7 x 8 =	5 x 1 =
3 x 8 =	5 x 9 =	1 x 2 =
2 x 6 =	4 x 8 =	2 + 5 =
7 x 3 =	1 x 9 =	14 − 9 =
8 x 5 =	7 x 2 =	4 + 6 =
9 x 4 =	6 x 1 =	12 − 7 =
7 x 4 =	4 x 3 =	8 + 4 =
5 x 4 =	8 x 9 =	16 − 7 =

3 x 7 =	3 x 4 =	9 x 1 =
5 x 2 =	2 x 1 =	8 x 7 =
4 x 4 =	3 x 5 =	2 x 9 =
6 x 7 =	5 x 5 =	2 x 2 =
9 x 3 =	4 x 2 =	4 x 6 =
5 x 8 =	8 x 6 =	8 x 3 =
8 x 4 =	9 x 2 =	7 x 1 =
2 x 3 =	6 x 5 =	7 x 5 =
6 x 8 =	4 x 7 =	6 x 2 =
9 x 7 =	1 x 3 =	9 x 6 =
1 x 6 =	2 x 4 =	8 x 1 =
2 x 8 =	3 x 6 =	9 x 9 =
6 x 3 =	6 x 9 =	2 x 7 =
9 x 5 =	3 x 9 =	1 x 4 =
4 x 1 =	8 x 8 =	3 x 2 =
5 x 3 =	4 x 9 =	7 x 9 =
3 x 3 =	8 x 2 =	0 x 8 =
6 x 4 =	4 x 5 =	5 x 7 =
7 x 6 =	2 x 5 =	3 x 1 =
8 x 9 =	6 x 6 =	7 x 7 =
5 x 6 =	7 x 8 =	5 x 1 =
3 x 8 =	5 x 9 =	1 x 2 =
2 x 6 =	4 x 8 =	7 + 7 =
7 x 3 =	1 x 9 =	11 − 8 =
8 x 5 =	7 x 2 =	5 + 4 =
9 x 4 =	6 x 1 =	12 − 8 =
7 x 4 =	4 x 3 =	8 + 7 =
5 x 4 =	8 x 9 =	14 − 5 =

3 x 7 =	3 x 4 =	9 x 1 =
5 x 2 =	2 x 1 =	8 x 7 =
4 x 4 =	3 x 5 =	2 x 9 =
6 x 7 =	5 x 5 =	2 x 2 =
9 x 3 =	4 x 2 =	4 x 6 =
5 x 8 =	8 x 6 =	8 x 3 =
8 x 4 =	9 x 2 =	7 x 1 =
2 x 3 =	6 x 5 =	7 x 5 =
6 x 8 =	4 x 7 =	6 x 2 =
9 x 7 =	1 x 3 =	9 x 6 =
1 x 6 =	2 x 4 =	8 x 1 =
2 x 8 =	3 x 6 =	9 x 9 =
6 x 3 =	6 x 9 =	2 x 7 =
9 x 5 =	3 x 9 =	1 x 4 =
4 x 1 =	8 x 8 =	3 x 2 =
5 x 3 =	4 x 9 =	7 x 9 =
3 x 3 =	8 x 2 =	0 x 8 =
6 x 4 =	4 x 5 =	5 x 7 =
7 x 6 =	2 x 5 =	3 x 1 =
8 x 9 =	6 x 6 =	7 x 7 =
5 x 6 =	7 x 8 =	5 x 1 =
3 x 8 =	5 x 9 =	1 x 2 =
2 x 6 =	4 x 8 =	6 + 8 =
7 x 3 =	1 x 9 =	14 − 6 =
8 x 5 =	7 x 2 =	7 + 6 =
9 x 4 =	6 x 1 =	13 − 5 =
7 x 4 =	4 x 3 =	5 + 9 =
5 x 4 =	8 x 9 =	11 − 3 =

$3 \times 7 =$	$3 \times 4 =$	$9 \times 1 =$
$5 \times 2 =$	$2 \times 1 =$	$8 \times 7 =$
$4 \times 4 =$	$3 \times 5 =$	$2 \times 9 =$
$6 \times 7 =$	$5 \times 5 =$	$2 \times 2 =$
$9 \times 3 =$	$4 \times 2 =$	$4 \times 6 =$
$5 \times 8 =$	$8 \times 6 =$	$8 \times 3 =$
$8 \times 4 =$	$9 \times 2 =$	$7 \times 1 =$
$2 \times 3 =$	$6 \times 5 =$	$7 \times 5 =$
$6 \times 8 =$	$4 \times 7 =$	$6 \times 2 =$
$9 \times 7 =$	$1 \times 3 =$	$9 \times 6 =$
$1 \times 6 =$	$2 \times 4 =$	$8 \times 1 =$
$2 \times 8 =$	$3 \times 6 =$	$9 \times 9 =$
$6 \times 3 =$	$6 \times 9 =$	$2 \times 7 =$
$9 \times 5 =$	$3 \times 9 =$	$1 \times 4 =$
$4 \times 1 =$	$8 \times 8 =$	$3 \times 2 =$
$5 \times 3 =$	$4 \times 9 =$	$7 \times 9 =$
$3 \times 3 =$	$8 \times 2 =$	$0 \times 8 =$
$6 \times 4 =$	$4 \times 5 =$	$5 \times 7 =$
$7 \times 6 =$	$2 \times 5 =$	$3 \times 1 =$
$8 \times 9 =$	$6 \times 6 =$	$7 \times 7 =$
$5 \times 6 =$	$7 \times 8 =$	$5 \times 1 =$
$3 \times 8 =$	$5 \times 9 =$	$1 \times 2 =$
$2 \times 6 =$	$4 \times 8 =$	$3 + 9 =$
$7 \times 3 =$	$1 \times 9 =$	$12 - 5 =$
$8 \times 5 =$	$7 \times 2 =$	$6 + 9 =$
$9 \times 4 =$	$6 \times 1 =$	$13 - 7 =$
$7 \times 4 =$	$4 \times 3 =$	$8 + 5 =$
$5 \times 4 =$	$8 \times 9 =$	$12 - 3 =$

3 x 7 =	3 x 4 =	9 x 1 =
5 x 2 =	2 x 1 =	8 x 7 =
4 x 4 =	3 x 5 =	2 x 9 =
6 x 7 =	5 x 5 =	2 x 2 =
9 x 3 =	4 x 2 =	4 x 6 =
5 x 8 =	8 x 6 =	8 x 3 =
8 x 4 =	9 x 2 =	7 x 1 =
2 x 3 =	6 x 5 =	7 x 5 =
6 x 8 =	4 x 7 =	6 x 2 =
9 x 7 =	1 x 3 =	9 x 6 =
1 x 6 =	2 x 4 =	8 x 1 =
2 x 8 =	3 x 6 =	9 x 9 =
6 x 3 =	6 x 9 =	2 x 7 =
9 x 5 =	3 x 9 =	1 x 4 =
4 x 1 =	8 x 8 =	3 x 2 =
5 x 3 =	4 x 9 =	7 x 9 =
3 x 3 =	8 x 2 =	0 x 8 =
6 x 4 =	4 x 5 =	5 x 7 =
7 x 6 =	2 x 5 =	3 x 1 =
8 x 9 =	6 x 6 =	7 x 7 =
5 x 6 =	7 x 8 =	5 x 1 =
3 x 8 =	5 x 9 =	1 x 2 =
2 x 6 =	4 x 8 =	2 + 9 =
7 x 3 =	1 x 9 =	11 − 7 =
8 x 5 =	7 x 2 =	8 + 9 =
9 x 4 =	6 x 1 =	11 − 5 =
7 x 4 =	4 x 3 =	4 + 3 =
5 x 4 =	8 x 9 =	10 − 3 =

$3 \times 7 =$	$3 \times 4 =$	$9 \times 1 =$
$5 \times 2 =$	$2 \times 1 =$	$8 \times 7 =$
$4 \times 4 =$	$3 \times 5 =$	$2 \times 9 =$
$6 \times 7 =$	$5 \times 5 =$	$2 \times 2 =$
$9 \times 3 =$	$4 \times 2 =$	$4 \times 6 =$
$5 \times 8 =$	$8 \times 6 =$	$8 \times 3 =$
$8 \times 4 =$	$9 \times 2 =$	$7 \times 1 =$
$2 \times 3 =$	$6 \times 5 =$	$7 \times 5 =$
$6 \times 8 =$	$4 \times 7 =$	$6 \times 2 =$
$9 \times 7 =$	$1 \times 3 =$	$9 \times 6 =$
$1 \times 6 =$	$2 \times 4 =$	$8 \times 1 =$
$2 \times 8 =$	$3 \times 6 =$	$9 \times 9 =$
$6 \times 3 =$	$6 \times 9 =$	$2 \times 7 =$
$9 \times 5 =$	$3 \times 9 =$	$1 \times 4 =$
$4 \times 1 =$	$8 \times 8 =$	$3 \times 2 =$
$5 \times 3 =$	$4 \times 9 =$	$7 \times 9 =$
$3 \times 3 =$	$8 \times 2 =$	$0 \times 8 =$
$6 \times 4 =$	$4 \times 5 =$	$5 \times 7 =$
$7 \times 6 =$	$2 \times 5 =$	$3 \times 1 =$
$8 \times 9 =$	$6 \times 6 =$	$7 \times 7 =$
$5 \times 6 =$	$7 \times 8 =$	$5 \times 1 =$
$3 \times 8 =$	$5 \times 9 =$	$1 \times 2 =$
$2 \times 6 =$	$4 \times 8 =$	$2 + 6 =$
$7 \times 3 =$	$1 \times 9 =$	$10 - 8 =$
$8 \times 5 =$	$7 \times 2 =$	$6 + 9 =$
$9 \times 4 =$	$6 \times 1 =$	$15 - 9 =$
$7 \times 4 =$	$4 \times 3 =$	$6 + 3 =$
$5 \times 4 =$	$8 \times 9 =$	$15 - 7 =$

$3 \times 7 =$	$3 \times 4 =$	$9 \times 1 =$
$5 \times 2 =$	$2 \times 1 =$	$8 \times 7 =$
$4 \times 4 =$	$3 \times 5 =$	$2 \times 9 =$
$6 \times 7 =$	$5 \times 5 =$	$2 \times 2 =$
$9 \times 3 =$	$4 \times 2 =$	$4 \times 6 =$
$5 \times 8 =$	$8 \times 6 =$	$8 \times 3 =$
$8 \times 4 =$	$9 \times 2 =$	$7 \times 1 =$
$2 \times 3 =$	$6 \times 5 =$	$7 \times 5 =$
$6 \times 8 =$	$4 \times 7 =$	$6 \times 2 =$
$9 \times 7 =$	$1 \times 3 =$	$9 \times 6 =$
$1 \times 6 =$	$2 \times 4 =$	$8 \times 1 =$
$2 \times 8 =$	$3 \times 6 =$	$9 \times 9 =$
$6 \times 3 =$	$6 \times 9 =$	$2 \times 7 =$
$9 \times 5 =$	$3 \times 9 =$	$1 \times 4 =$
$4 \times 1 =$	$8 \times 8 =$	$3 \times 2 =$
$5 \times 3 =$	$4 \times 9 =$	$7 \times 9 =$
$3 \times 3 =$	$8 \times 2 =$	$0 \times 8 =$
$6 \times 4 =$	$4 \times 5 =$	$5 \times 7 =$
$7 \times 6 =$	$2 \times 5 =$	$3 \times 1 =$
$8 \times 9 =$	$6 \times 6 =$	$7 \times 7 =$
$5 \times 6 =$	$7 \times 8 =$	$5 \times 1 =$
$3 \times 8 =$	$5 \times 9 =$	$1 \times 2 =$
$2 \times 6 =$	$4 \times 8 =$	$6 + 7 =$
$7 \times 3 =$	$1 \times 9 =$	$17 - 8 =$
$8 \times 5 =$	$7 \times 2 =$	$5 + 9 =$
$9 \times 4 =$	$6 \times 1 =$	$14 - 8 =$
$7 \times 4 =$	$4 \times 3 =$	$3 + 7 =$
$5 \times 4 =$	$8 \times 9 =$	$16 - 8 =$

$3 \times 7 =$	$3 \times 4 =$	$9 \times 1 =$
$5 \times 2 =$	$2 \times 1 =$	$8 \times 7 =$
$4 \times 4 =$	$3 \times 5 =$	$2 \times 9 =$
$6 \times 7 =$	$5 \times 5 =$	$2 \times 2 =$
$9 \times 3 =$	$4 \times 2 =$	$4 \times 6 =$
$5 \times 8 =$	$8 \times 6 =$	$8 \times 3 =$
$8 \times 4 =$	$9 \times 2 =$	$7 \times 1 =$
$2 \times 3 =$	$6 \times 5 =$	$7 \times 5 =$
$6 \times 8 =$	$4 \times 7 =$	$6 \times 2 =$
$9 \times 7 =$	$1 \times 3 =$	$9 \times 6 =$
$1 \times 6 =$	$2 \times 4 =$	$8 \times 1 =$
$2 \times 8 =$	$3 \times 6 =$	$9 \times 9 =$
$6 \times 3 =$	$6 \times 9 =$	$2 \times 7 =$
$9 \times 5 =$	$3 \times 9 =$	$1 \times 4 =$
$4 \times 1 =$	$8 \times 8 =$	$3 \times 2 =$
$5 \times 3 =$	$4 \times 9 =$	$7 \times 9 =$
$3 \times 3 =$	$8 \times 2 =$	$0 \times 8 =$
$6 \times 4 =$	$4 \times 5 =$	$5 \times 7 =$
$7 \times 6 =$	$2 \times 5 =$	$3 \times 1 =$
$8 \times 9 =$	$6 \times 6 =$	$7 \times 7 =$
$5 \times 6 =$	$7 \times 8 =$	$5 \times 1 =$
$3 \times 8 =$	$5 \times 9 =$	$1 \times 2 =$
$2 \times 6 =$	$4 \times 8 =$	$5 + 4 =$
$7 \times 3 =$	$1 \times 9 =$	$13 - 7 =$
$8 \times 5 =$	$7 \times 2 =$	$3 + 8 =$
$9 \times 4 =$	$6 \times 1 =$	$11 - 5 =$
$7 \times 4 =$	$4 \times 3 =$	$2 + 7 =$
$5 \times 4 =$	$8 \times 9 =$	$12 - 7 =$

$3 \times 7 =$	$3 \times 4 =$	$9 \times 1 =$
$5 \times 2 =$	$2 \times 1 =$	$8 \times 7 =$
$4 \times 4 =$	$3 \times 5 =$	$2 \times 9 =$
$6 \times 7 =$	$5 \times 5 =$	$2 \times 2 =$
$9 \times 3 =$	$4 \times 2 =$	$4 \times 6 =$
$5 \times 8 =$	$8 \times 6 =$	$8 \times 3 =$
$8 \times 4 =$	$9 \times 2 =$	$7 \times 1 =$
$2 \times 3 =$	$6 \times 5 =$	$7 \times 5 =$
$6 \times 8 =$	$4 \times 7 =$	$6 \times 2 =$
$9 \times 7 =$	$1 \times 3 =$	$9 \times 6 =$
$1 \times 6 =$	$2 \times 4 =$	$8 \times 1 =$
$2 \times 8 =$	$3 \times 6 =$	$9 \times 9 =$
$6 \times 3 =$	$6 \times 9 =$	$2 \times 7 =$
$9 \times 5 =$	$3 \times 9 =$	$1 \times 4 =$
$4 \times 1 =$	$8 \times 8 =$	$3 \times 2 =$
$5 \times 3 =$	$4 \times 9 =$	$7 \times 9 =$
$3 \times 3 =$	$8 \times 2 =$	$0 \times 8 =$
$6 \times 4 =$	$4 \times 5 =$	$5 \times 7 =$
$7 \times 6 =$	$2 \times 5 =$	$3 \times 1 =$
$8 \times 9 =$	$6 \times 6 =$	$7 \times 7 =$
$5 \times 6 =$	$7 \times 8 =$	$5 \times 1 =$
$3 \times 8 =$	$5 \times 9 =$	$1 \times 2 =$
$2 \times 6 =$	$4 \times 8 =$	$4 + 9 =$
$7 \times 3 =$	$1 \times 9 =$	$16 - 7 =$
$8 \times 5 =$	$7 \times 2 =$	$8 + 9 =$
$9 \times 4 =$	$6 \times 1 =$	$11 - 4 =$
$7 \times 4 =$	$4 \times 3 =$	$7 + 7 =$
$5 \times 4 =$	$8 \times 9 =$	$15 - 8 =$

$3 \times 7 =$	$3 \times 4 =$	$9 \times 1 =$
$5 \times 2 =$	$2 \times 1 =$	$8 \times 7 =$
$4 \times 4 =$	$3 \times 5 =$	$2 \times 9 =$
$6 \times 7 =$	$5 \times 5 =$	$2 \times 2 =$
$9 \times 3 =$	$4 \times 2 =$	$4 \times 6 =$
$5 \times 8 =$	$8 \times 6 =$	$8 \times 3 =$
$8 \times 4 =$	$9 \times 2 =$	$7 \times 1 =$
$2 \times 3 =$	$6 \times 5 =$	$7 \times 5 =$
$6 \times 8 =$	$4 \times 7 =$	$6 \times 2 =$
$9 \times 7 =$	$1 \times 3 =$	$9 \times 6 =$
$1 \times 6 =$	$2 \times 4 =$	$8 \times 1 =$
$2 \times 8 =$	$3 \times 6 =$	$9 \times 9 =$
$6 \times 3 =$	$6 \times 9 =$	$2 \times 7 =$
$9 \times 5 =$	$3 \times 9 =$	$1 \times 4 =$
$4 \times 1 =$	$8 \times 8 =$	$3 \times 2 =$
$5 \times 3 =$	$4 \times 9 =$	$7 \times 9 =$
$3 \times 3 =$	$8 \times 2 =$	$0 \times 8 =$
$6 \times 4 =$	$4 \times 5 =$	$5 \times 7 =$
$7 \times 6 =$	$2 \times 5 =$	$3 \times 1 =$
$8 \times 9 =$	$6 \times 6 =$	$7 \times 7 =$
$5 \times 6 =$	$7 \times 8 =$	$5 \times 1 =$
$3 \times 8 =$	$5 \times 9 =$	$1 \times 2 =$
$2 \times 6 =$	$4 \times 8 =$	$8 + 4 =$
$7 \times 3 =$	$1 \times 9 =$	$16 - 9 =$
$8 \times 5 =$	$7 \times 2 =$	$3 + 7 =$
$9 \times 4 =$	$6 \times 1 =$	$13 - 4 =$
$7 \times 4 =$	$4 \times 3 =$	$9 + 7 =$
$5 \times 4 =$	$8 \times 9 =$	$14 - 9 =$

$3 \times 7 =$	$3 \times 4 =$	$9 \times 1 =$
$5 \times 2 =$	$2 \times 1 =$	$8 \times 7 =$
$4 \times 4 =$	$3 \times 5 =$	$2 \times 9 =$
$6 \times 7 =$	$5 \times 5 =$	$2 \times 2 =$
$9 \times 3 =$	$4 \times 2 =$	$4 \times 6 =$
$5 \times 8 =$	$8 \times 6 =$	$8 \times 3 =$
$8 \times 4 =$	$9 \times 2 =$	$7 \times 1 =$
$2 \times 3 =$	$6 \times 5 =$	$7 \times 5 =$
$6 \times 8 =$	$4 \times 7 =$	$6 \times 2 =$
$9 \times 7 =$	$1 \times 3 =$	$9 \times 6 =$
$1 \times 6 =$	$2 \times 4 =$	$8 \times 1 =$
$2 \times 8 =$	$3 \times 6 =$	$9 \times 9 =$
$6 \times 3 =$	$6 \times 9 =$	$2 \times 7 =$
$9 \times 5 =$	$3 \times 9 =$	$1 \times 4 =$
$4 \times 1 =$	$8 \times 8 =$	$3 \times 2 =$
$5 \times 3 =$	$4 \times 9 =$	$7 \times 9 =$
$3 \times 3 =$	$8 \times 2 =$	$0 \times 8 =$
$6 \times 4 =$	$4 \times 5 =$	$5 \times 7 =$
$7 \times 6 =$	$2 \times 5 =$	$3 \times 1 =$
$8 \times 9 =$	$6 \times 6 =$	$7 \times 7 =$
$5 \times 6 =$	$7 \times 8 =$	$5 \times 1 =$
$3 \times 8 =$	$5 \times 9 =$	$1 \times 2 =$
$2 \times 6 =$	$4 \times 8 =$	$7 + 4 =$
$7 \times 3 =$	$1 \times 9 =$	$10 - 8 =$
$8 \times 5 =$	$7 \times 2 =$	$5 + 9 =$
$9 \times 4 =$	$6 \times 1 =$	$11 - 3 =$
$7 \times 4 =$	$4 \times 3 =$	$6 + 4 =$
$5 \times 4 =$	$8 \times 9 =$	$11 - 9 =$

$3 \times 7 =$	$3 \times 4 =$	$9 \times 1 =$
$5 \times 2 =$	$2 \times 1 =$	$8 \times 7 =$
$4 \times 4 =$	$3 \times 5 =$	$2 \times 9 =$
$6 \times 7 =$	$5 \times 5 =$	$2 \times 2 =$
$9 \times 3 =$	$4 \times 2 =$	$4 \times 6 =$
$5 \times 8 =$	$8 \times 6 =$	$8 \times 3 =$
$8 \times 4 =$	$9 \times 2 =$	$7 \times 1 =$
$2 \times 3 =$	$6 \times 5 =$	$7 \times 5 =$
$6 \times 8 =$	$4 \times 7 =$	$6 \times 2 =$
$9 \times 7 =$	$1 \times 3 =$	$9 \times 6 =$
$1 \times 6 =$	$2 \times 4 =$	$8 \times 1 =$
$2 \times 8 =$	$3 \times 6 =$	$9 \times 9 =$
$6 \times 3 =$	$6 \times 9 =$	$2 \times 7 =$
$9 \times 5 =$	$3 \times 9 =$	$1 \times 4 =$
$4 \times 1 =$	$8 \times 8 =$	$3 \times 2 =$
$5 \times 3 =$	$4 \times 9 =$	$7 \times 9 =$
$3 \times 3 =$	$8 \times 2 =$	$0 \times 8 =$
$6 \times 4 =$	$4 \times 5 =$	$5 \times 7 =$
$7 \times 6 =$	$2 \times 5 =$	$3 \times 1 =$
$8 \times 9 =$	$6 \times 6 =$	$7 \times 7 =$
$5 \times 6 =$	$7 \times 8 =$	$5 \times 1 =$
$3 \times 8 =$	$5 \times 9 =$	$1 \times 2 =$
$2 \times 6 =$	$4 \times 8 =$	$4 + 7 =$
$7 \times 3 =$	$1 \times 9 =$	$17 - 9 =$
$8 \times 5 =$	$7 \times 2 =$	$6 + 9 =$
$9 \times 4 =$	$6 \times 1 =$	$15 - 8 =$
$7 \times 4 =$	$4 \times 3 =$	$9 + 7 =$
$5 \times 4 =$	$8 \times 9 =$	$12 - 8 =$

3 x 7 =	3 x 4 =	9 x 1 =
5 x 2 =	2 x 1 =	8 x 7 =
4 x 4 =	3 x 5 =	2 x 9 =
6 x 7 =	5 x 5 =	2 x 2 =
9 x 3 =	4 x 2 =	4 x 6 =
5 x 8 =	8 x 6 =	8 x 3 =
8 x 4 =	9 x 2 =	7 x 1 =
2 x 3 =	6 x 5 =	7 x 5 =
6 x 8 =	4 x 7 =	6 x 2 =
9 x 7 =	1 x 3 =	9 x 6 =
1 x 6 =	2 x 4 =	8 x 1 =
2 x 8 =	3 x 6 =	9 x 9 =
6 x 3 =	6 x 9 =	2 x 7 =
9 x 5 =	3 x 9 =	1 x 4 =
4 x 1 =	8 x 8 =	3 x 2 =
5 x 3 =	4 x 9 =	7 x 9 =
3 x 3 =	8 x 2 =	0 x 8 =
6 x 4 =	4 x 5 =	5 x 7 =
7 x 6 =	2 x 5 =	3 x 1 =
8 x 9 =	6 x 6 =	7 x 7 =
5 x 6 =	7 x 8 =	5 x 1 =
3 x 8 =	5 x 9 =	1 x 2 =
2 x 6 =	4 x 8 =	6 + 9 =
7 x 3 =	1 x 9 =	17 – 9 =
8 x 5 =	7 x 2 =	5 + 2 =
9 x 4 =	6 x 1 =	11 – 8 =
7 x 4 =	4 x 3 =	6 + 8 =
5 x 4 =	8 x 9 =	12 – 3 =

3 x 7 =	3 x 4 =	9 x 1 =
5 x 2 =	2 x 1 =	8 x 7 =
4 x 4 =	3 x 5 =	2 x 9 =
6 x 7 =	5 x 5 =	2 x 2 =
9 x 3 =	4 x 2 =	4 x 6 =
5 x 8 =	8 x 6 =	8 x 3 =
8 x 4 =	9 x 2 =	7 x 1 =
2 x 3 =	6 x 5 =	7 x 5 =
6 x 8 =	4 x 7 =	6 x 2 =
9 x 7 =	1 x 3 =	9 x 6 =
1 x 6 =	2 x 4 =	8 x 1 =
2 x 8 =	3 x 6 =	9 x 9 =
6 x 3 =	6 x 9 =	2 x 7 =
9 x 5 =	3 x 9 =	1 x 4 =
4 x 1 =	8 x 8 =	3 x 2 =
5 x 3 =	4 x 9 =	7 x 9 =
3 x 3 =	8 x 2 =	0 x 8 =
6 x 4 =	4 x 5 =	5 x 7 =
7 x 6 =	2 x 5 =	3 x 1 =
8 x 9 =	6 x 6 =	7 x 7 =
5 x 6 =	7 x 8 =	5 x 1 =
3 x 8 =	5 x 9 =	1 x 2 =
2 x 6 =	4 x 8 =	6 + 2 =
7 x 3 =	1 x 9 =	10 − 8 =
8 x 5 =	7 x 2 =	3 + 9 =
9 x 4 =	6 x 1 =	17 − 8 =
7 x 4 =	4 x 3 =	8 + 9 =
5 x 4 =	8 x 9 =	18 − 9 =

3 x 7 =	3 x 4 =	9 x 1 =
5 x 2 =	2 x 1 =	8 x 7 =
4 x 4 =	3 x 5 =	2 x 9 =
6 x 7 =	5 x 5 =	2 x 2 =
9 x 3 =	4 x 2 =	4 x 6 =
5 x 8 =	8 x 6 =	8 x 3 =
8 x 4 =	9 x 2 =	7 x 1 =
2 x 3 =	6 x 5 =	7 x 5 =
6 x 8 =	4 x 7 =	6 x 2 =
9 x 7 =	1 x 3 =	9 x 6 =
1 x 6 =	2 x 4 =	8 x 1 =
2 x 8 =	3 x 6 =	9 x 9 =
6 x 3 =	6 x 9 =	2 x 7 =
9 x 5 =	3 x 9 =	1 x 4 =
4 x 1 =	8 x 8 =	3 x 2 =
5 x 3 =	4 x 9 =	7 x 9 =
3 x 3 =	8 x 2 =	0 x 8 =
6 x 4 =	4 x 5 =	5 x 7 =
7 x 6 =	2 x 5 =	3 x 1 =
8 x 9 =	6 x 6 =	7 x 7 =
5 x 6 =	7 x 8 =	5 x 1 =
3 x 8 =	5 x 9 =	1 x 2 =
2 x 6 =	4 x 8 =	2 + 9 =
7 x 3 =	1 x 9 =	13 − 4 =
8 x 5 =	7 x 2 =	7 + 9 =
9 x 4 =	6 x 1 =	14 − 6 =
7 x 4 =	4 x 3 =	3 + 8 =
5 x 4 =	8 x 9 =	15 − 7 =

3 x 7 =	3 x 4 =	9 x 1 =
5 x 2 =	2 x 1 =	8 x 7 =
4 x 4 =	3 x 5 =	2 x 9 =
6 x 7 =	5 x 5 =	2 x 2 =
9 x 3 =	4 x 2 =	4 x 6 =
5 x 8 =	8 x 6 =	8 x 3 =
8 x 4 =	9 x 2 =	7 x 1 =
2 x 3 =	6 x 5 =	7 x 5 =
6 x 8 =	4 x 7 =	6 x 2 =
9 x 7 =	1 x 3 =	9 x 6 =
1 x 6 =	2 x 4 =	8 x 1 =
2 x 8 =	3 x 6 =	9 x 9 =
6 x 3 =	6 x 9 =	2 x 7 =
9 x 5 =	3 x 9 =	1 x 4 =
4 x 1 =	8 x 8 =	3 x 2 =
5 x 3 =	4 x 9 =	7 x 9 =
3 x 3 =	8 x 2 =	0 x 8 =
6 x 4 =	4 x 5 =	5 x 7 =
7 x 6 =	2 x 5 =	3 x 1 =
8 x 9 =	6 x 6 =	7 x 7 =
5 x 6 =	7 x 8 =	5 x 1 =
3 x 8 =	5 x 9 =	1 x 2 =
2 x 6 =	4 x 8 =	6 + 6 =
7 x 3 =	1 x 9 =	10 − 3 =
8 x 5 =	7 x 2 =	4 + 6 =
9 x 4 =	6 x 1 =	12 − 7 =
7 x 4 =	4 x 3 =	4 + 9 =
5 x 4 =	8 x 9 =	10 − 6 =

3 x 7 =	3 x 4 =	9 x 1 =
5 x 2 =	2 x 1 =	8 x 7 =
4 x 4 =	3 x 5 =	2 x 9 =
6 x 7 =	5 x 5 =	2 x 2 =
9 x 3 =	4 x 2 =	4 x 6 =
5 x 8 =	8 x 6 =	8 x 3 =
8 x 4 =	9 x 2 =	7 x 1 =
2 x 3 =	6 x 5 =	7 x 5 =
6 x 8 =	4 x 7 =	6 x 2 =
9 x 7 =	1 x 3 =	9 x 6 =
1 x 6 =	2 x 4 =	8 x 1 =
2 x 8 =	3 x 6 =	9 x 9 =
6 x 3 =	6 x 9 =	2 x 7 =
9 x 5 =	3 x 9 =	1 x 4 =
4 x 1 =	8 x 8 =	3 x 2 =
5 x 3 =	4 x 9 =	7 x 9 =
3 x 3 =	8 x 2 =	0 x 8 =
6 x 4 =	4 x 5 =	5 x 7 =
7 x 6 =	2 x 5 =	3 x 1 =
8 x 9 =	6 x 6 =	7 x 7 =
5 x 6 =	7 x 8 =	5 x 1 =
3 x 8 =	5 x 9 =	1 x 2 =
2 x 6 =	4 x 8 =	6 + 7 =
7 x 3 =	1 x 9 =	17 − 8 =
8 x 5 =	7 x 2 =	5 + 9 =
9 x 4 =	6 x 1 =	14 − 8 =
7 x 4 =	4 x 3 =	3 + 7 =
5 x 4 =	8 x 9 =	16 − 8 =

3 x 7 =	3 x 4 =	9 x 1 =
5 x 2 =	2 x 1 =	8 x 7 =
4 x 4 =	3 x 5 =	2 x 9 =
6 x 7 =	5 x 5 =	2 x 2 =
9 x 3 =	4 x 2 =	4 x 6 =
5 x 8 =	8 x 6 =	8 x 3 =
8 x 4 =	9 x 2 =	7 x 1 =
2 x 3 =	6 x 5 =	7 x 5 =
6 x 8 =	4 x 7 =	6 x 2 =
9 x 7 =	1 x 3 =	9 x 6 =
1 x 6 =	2 x 4 =	8 x 1 =
2 x 8 =	3 x 6 =	9 x 9 =
6 x 3 =	6 x 9 =	2 x 7 =
9 x 5 =	3 x 9 =	1 x 4 =
4 x 1 =	8 x 8 =	3 x 2 =
5 x 3 =	4 x 9 =	7 x 9 =
3 x 3 =	8 x 2 =	0 x 8 =
6 x 4 =	4 x 5 =	5 x 7 =
7 x 6 =	2 x 5 =	3 x 1 =
8 x 9 =	6 x 6 =	7 x 7 =
5 x 6 =	7 x 8 =	5 x 1 =
3 x 8 =	5 x 9 =	1 x 2 =
2 x 6 =	4 x 8 =	4 + 7 =
7 x 3 =	1 x 9 =	16 − 8 =
8 x 5 =	7 x 2 =	3 + 9 =
9 x 4 =	6 x 1 =	15 − 8 =
7 x 4 =	4 x 3 =	2 + 7 =
5 x 4 =	8 x 9 =	17 − 8 =

3 x 7 =	3 x 4 =	9 x 1 =
5 x 2 =	2 x 1 =	8 x 7 =
4 x 4 =	3 x 5 =	2 x 9 =
6 x 7 =	5 x 5 =	2 x 2 =
9 x 3 =	4 x 2 =	4 x 6 =
5 x 8 =	8 x 6 =	8 x 3 =
8 x 4 =	9 x 2 =	7 x 1 =
2 x 3 =	6 x 5 =	7 x 5 =
6 x 8 =	4 x 7 =	6 x 2 =
9 x 7 =	1 x 3 =	9 x 6 =
1 x 6 =	2 x 4 =	8 x 1 =
2 x 8 =	3 x 6 =	9 x 9 =
6 x 3 =	6 x 9 =	2 x 7 =
9 x 5 =	3 x 9 =	1 x 4 =
4 x 1 =	8 x 8 =	3 x 2 =
5 x 3 =	4 x 9 =	7 x 9 =
3 x 3 =	8 x 2 =	0 x 8 =
6 x 4 =	4 x 5 =	5 x 7 =
7 x 6 =	2 x 5 =	3 x 1 =
8 x 9 =	6 x 6 =	7 x 7 =
5 x 6 =	7 x 8 =	5 x 1 =
3 x 8 =	5 x 9 =	1 x 2 =
2 x 6 =	4 x 8 =	6 + 4 =
7 x 3 =	1 x 9 =	14 − 8 =
8 x 5 =	7 x 2 =	5 + 5 =
9 x 4 =	6 x 1 =	14 − 9 =
7 x 4 =	4 x 3 =	3 + 4 =
5 x 4 =	8 x 9 =	16 − 9 =

$3 \times 7 =$	$3 \times 4 =$	$9 \times 1 =$
$5 \times 2 =$	$2 \times 1 =$	$8 \times 7 =$
$4 \times 4 =$	$3 \times 5 =$	$2 \times 9 =$
$6 \times 7 =$	$5 \times 5 =$	$2 \times 2 =$
$9 \times 3 =$	$4 \times 2 =$	$4 \times 6 =$
$5 \times 8 =$	$8 \times 6 =$	$8 \times 3 =$
$8 \times 4 =$	$9 \times 2 =$	$7 \times 1 =$
$2 \times 3 =$	$6 \times 5 =$	$7 \times 5 =$
$6 \times 8 =$	$4 \times 7 =$	$6 \times 2 =$
$9 \times 7 =$	$1 \times 3 =$	$9 \times 6 =$
$1 \times 6 =$	$2 \times 4 =$	$8 \times 1 =$
$2 \times 8 =$	$3 \times 6 =$	$9 \times 9 =$
$6 \times 3 =$	$6 \times 9 =$	$2 \times 7 =$
$9 \times 5 =$	$3 \times 9 =$	$1 \times 4 =$
$4 \times 1 =$	$8 \times 8 =$	$3 \times 2 =$
$5 \times 3 =$	$4 \times 9 =$	$7 \times 9 =$
$3 \times 3 =$	$8 \times 2 =$	$0 \times 8 =$
$6 \times 4 =$	$4 \times 5 =$	$5 \times 7 =$
$7 \times 6 =$	$2 \times 5 =$	$3 \times 1 =$
$8 \times 9 =$	$6 \times 6 =$	$7 \times 7 =$
$5 \times 6 =$	$7 \times 8 =$	$5 \times 1 =$
$3 \times 8 =$	$5 \times 9 =$	$1 \times 2 =$
$2 \times 6 =$	$4 \times 8 =$	$2 + 8 =$
$7 \times 3 =$	$1 \times 9 =$	$13 - 6 =$
$8 \times 5 =$	$7 \times 2 =$	$7 + 5 =$
$9 \times 4 =$	$6 \times 1 =$	$15 - 6 =$
$7 \times 4 =$	$4 \times 3 =$	$6 + 8 =$
$5 \times 4 =$	$8 \times 9 =$	$13 - 7 =$

$3 \times 7 =$	$3 \times 4 =$	$9 \times 1 =$
$5 \times 2 =$	$2 \times 1 =$	$8 \times 7 =$
$4 \times 4 =$	$3 \times 5 =$	$2 \times 9 =$
$6 \times 7 =$	$5 \times 5 =$	$2 \times 2 =$
$9 \times 3 =$	$4 \times 2 =$	$4 \times 6 =$
$5 \times 8 =$	$8 \times 6 =$	$8 \times 3 =$
$8 \times 4 =$	$9 \times 2 =$	$7 \times 1 =$
$2 \times 3 =$	$6 \times 5 =$	$7 \times 5 =$
$6 \times 8 =$	$4 \times 7 =$	$6 \times 2 =$
$9 \times 7 =$	$1 \times 3 =$	$9 \times 6 =$
$1 \times 6 =$	$2 \times 4 =$	$8 \times 1 =$
$2 \times 8 =$	$3 \times 6 =$	$9 \times 9 =$
$6 \times 3 =$	$6 \times 9 =$	$2 \times 7 =$
$9 \times 5 =$	$3 \times 9 =$	$1 \times 4 =$
$4 \times 1 =$	$8 \times 8 =$	$3 \times 2 =$
$5 \times 3 =$	$4 \times 9 =$	$7 \times 9 =$
$3 \times 3 =$	$8 \times 2 =$	$0 \times 8 =$
$6 \times 4 =$	$4 \times 5 =$	$5 \times 7 =$
$7 \times 6 =$	$2 \times 5 =$	$3 \times 1 =$
$8 \times 9 =$	$6 \times 6 =$	$7 \times 7 =$
$5 \times 6 =$	$7 \times 8 =$	$5 \times 1 =$
$3 \times 8 =$	$5 \times 9 =$	$1 \times 2 =$
$2 \times 6 =$	$4 \times 8 =$	$2 + 5 =$
$7 \times 3 =$	$1 \times 9 =$	$14 - 9 =$
$8 \times 5 =$	$7 \times 2 =$	$4 + 6 =$
$9 \times 4 =$	$6 \times 1 =$	$12 - 7 =$
$7 \times 4 =$	$4 \times 3 =$	$8 + 4 =$
$5 \times 4 =$	$8 \times 9 =$	$16 - 7 =$

Number Correct: _____   Number Incorrect: _____   Score: _____

3 x 7 =	3 x 4 =	9 x 1 =
5 x 2 =	2 x 1 =	8 x 7 =
4 x 4 =	3 x 5 =	2 x 9 =
6 x 7 =	5 x 5 =	2 x 2 =
9 x 3 =	4 x 2 =	4 x 6 =
5 x 8 =	8 x 6 =	8 x 3 =
8 x 4 =	9 x 2 =	7 x 1 =
2 x 3 =	6 x 5 =	7 x 5 =
6 x 8 =	4 x 7 =	6 x 2 =
9 x 7 =	1 x 3 =	9 x 6 =
1 x 6 =	2 x 4 =	8 x 1 =
2 x 8 =	3 x 6 =	9 x 9 =
6 x 3 =	6 x 9 =	2 x 7 =
9 x 5 =	3 x 9 =	1 x 4 =
4 x 1 =	8 x 8 =	3 x 2 =
5 x 3 =	4 x 9 =	7 x 9 =
3 x 3 =	8 x 2 =	0 x 8 =
6 x 4 =	4 x 5 =	5 x 7 =
7 x 6 =	2 x 5 =	3 x 1 =
8 x 9 =	6 x 6 =	7 x 7 =
5 x 6 =	7 x 8 =	5 x 1 =
3 x 8 =	5 x 9 =	1 x 2 =
2 x 6 =	4 x 8 =	7 + 7 =
7 x 3 =	1 x 9 =	11 − 8 =
8 x 5 =	7 x 2 =	5 + 4 =
9 x 4 =	6 x 1 =	12 − 8 =
7 x 4 =	4 x 3 =	8 + 7 =
5 x 4 =	8 x 9 =	14 − 5 =

$3 \times 7 =$	$3 \times 4 =$	$9 \times 1 =$
$5 \times 2 =$	$2 \times 1 =$	$8 \times 7 =$
$4 \times 4 =$	$3 \times 5 =$	$2 \times 9 =$
$6 \times 7 =$	$5 \times 5 =$	$2 \times 2 =$
$9 \times 3 =$	$4 \times 2 =$	$4 \times 6 =$
$5 \times 8 =$	$8 \times 6 =$	$8 \times 3 =$
$8 \times 4 =$	$9 \times 2 =$	$7 \times 1 =$
$2 \times 3 =$	$6 \times 5 =$	$7 \times 5 =$
$6 \times 8 =$	$4 \times 7 =$	$6 \times 2 =$
$9 \times 7 =$	$1 \times 3 =$	$9 \times 6 =$
$1 \times 6 =$	$2 \times 4 =$	$8 \times 1 =$
$2 \times 8 =$	$3 \times 6 =$	$9 \times 9 =$
$6 \times 3 =$	$6 \times 9 =$	$2 \times 7 =$
$9 \times 5 =$	$3 \times 9 =$	$1 \times 4 =$
$4 \times 1 =$	$8 \times 8 =$	$3 \times 2 =$
$5 \times 3 =$	$4 \times 9 =$	$7 \times 9 =$
$3 \times 3 =$	$8 \times 2 =$	$0 \times 8 =$
$6 \times 4 =$	$4 \times 5 =$	$5 \times 7 =$
$7 \times 6 =$	$2 \times 5 =$	$3 \times 1 =$
$8 \times 9 =$	$6 \times 6 =$	$7 \times 7 =$
$5 \times 6 =$	$7 \times 8 =$	$5 \times 1 =$
$3 \times 8 =$	$5 \times 9 =$	$1 \times 2 =$
$2 \times 6 =$	$4 \times 8 =$	$6 + 8 =$
$7 \times 3 =$	$1 \times 9 =$	$14 - 6 =$
$8 \times 5 =$	$7 \times 2 =$	$7 + 6 =$
$9 \times 4 =$	$6 \times 1 =$	$13 - 5 =$
$7 \times 4 =$	$4 \times 3 =$	$5 + 9 =$
$5 \times 4 =$	$8 \times 9 =$	$11 - 3 =$

3 x 7 =	3 x 4 =	9 x 1 =
5 x 2 =	2 x 1 =	8 x 7 =
4 x 4 =	3 x 5 =	2 x 9 =
6 x 7 =	5 x 5 =	2 x 2 =
9 x 3 =	4 x 2 =	4 x 6 =
5 x 8 =	8 x 6 =	8 x 3 =
8 x 4 =	9 x 2 =	7 x 1 =
2 x 3 =	6 x 5 =	7 x 5 =
6 x 8 =	4 x 7 =	6 x 2 =
9 x 7 =	1 x 3 =	9 x 6 =
1 x 6 =	2 x 4 =	8 x 1 =
2 x 8 =	3 x 6 =	9 x 9 =
6 x 3 =	6 x 9 =	2 x 7 =
9 x 5 =	3 x 9 =	1 x 4 =
4 x 1 =	8 x 8 =	3 x 2 =
5 x 3 =	4 x 9 =	7 x 9 =
3 x 3 =	8 x 2 =	0 x 8 =
6 x 4 =	4 x 5 =	5 x 7 =
7 x 6 =	2 x 5 =	3 x 1 =
8 x 9 =	6 x 6 =	7 x 7 =
5 x 6 =	7 x 8 =	5 x 1 =
3 x 8 =	5 x 9 =	1 x 2 =
2 x 6 =	4 x 8 =	3 + 9 =
7 x 3 =	1 x 9 =	12 − 5 =
8 x 5 =	7 x 2 =	6 + 9 =
9 x 4 =	6 x 1 =	13 − 7 =
7 x 4 =	4 x 3 =	8 + 5 =
5 x 4 =	8 x 9 =	12 − 3 =

3 x 7 =	3 x 4 =	9 x 1 =
5 x 2 =	2 x 1 =	8 x 7 =
4 x 4 =	3 x 5 =	2 x 9 =
6 x 7 =	5 x 5 =	2 x 2 =
9 x 3 =	4 x 2 =	4 x 6 =
5 x 8 =	8 x 6 =	8 x 3 =
8 x 4 =	9 x 2 =	7 x 1 =
2 x 3 =	6 x 5 =	7 x 5 =
6 x 8 =	4 x 7 =	6 x 2 =
9 x 7 =	1 x 3 =	9 x 6 =
1 x 6 =	2 x 4 =	8 x 1 =
2 x 8 =	3 x 6 =	9 x 9 =
6 x 3 =	6 x 9 =	2 x 7 =
9 x 5 =	3 x 9 =	1 x 4 =
4 x 1 =	8 x 8 =	3 x 2 =
5 x 3 =	4 x 9 =	7 x 9 =
3 x 3 =	8 x 2 =	0 x 8 =
6 x 4 =	4 x 5 =	5 x 7 =
7 x 6 =	2 x 5 =	3 x 1 =
8 x 9 =	6 x 6 =	7 x 7 =
5 x 6 =	7 x 8 =	5 x 1 =
3 x 8 =	5 x 9 =	1 x 2 =
2 x 6 =	4 x 8 =	2 + 9 =
7 x 3 =	1 x 9 =	11 − 7 =
8 x 5 =	7 x 2 =	8 + 9 =
9 x 4 =	6 x 1 =	11 − 5 =
7 x 4 =	4 x 3 =	4 + 3 =
5 x 4 =	8 x 9 =	10 − 3 =

3 x 7 =	3 x 4 =	9 x 1 =
5 x 2 =	2 x 1 =	8 x 7 =
4 x 4 =	3 x 5 =	2 x 9 =
6 x 7 =	5 x 5 =	2 x 2 =
9 x 3 =	4 x 2 =	4 x 6 =
5 x 8 =	8 x 6 =	8 x 3 =
8 x 4 =	9 x 2 =	7 x 1 =
2 x 3 =	6 x 5 =	7 x 5 =
6 x 8 =	4 x 7 =	6 x 2 =
9 x 7 =	1 x 3 =	9 x 6 =
1 x 6 =	2 x 4 =	8 x 1 =
2 x 8 =	3 x 6 =	9 x 9 =
6 x 3 =	6 x 9 =	2 x 7 =
9 x 5 =	3 x 9 =	1 x 4 =
4 x 1 =	8 x 8 =	3 x 2 =
5 x 3 =	4 x 9 =	7 x 9 =
3 x 3 =	8 x 2 =	0 x 8 =
6 x 4 =	4 x 5 =	5 x 7 =
7 x 6 =	2 x 5 =	3 x 1 =
8 x 9 =	6 x 6 =	7 x 7 =
5 x 6 =	7 x 8 =	5 x 1 =
3 x 8 =	5 x 9 =	1 x 2 =
2 x 6 =	4 x 8 =	2 + 6 =
7 x 3 =	1 x 9 =	10 − 8 =
8 x 5 =	7 x 2 =	6 + 9 =
9 x 4 =	6 x 1 =	15 − 9 =
7 x 4 =	4 x 3 =	6 + 3 =
5 x 4 =	8 x 9 =	15 − 7 =

3 x 7 =	3 x 4 =	9 x 1 =
5 x 2 =	2 x 1 =	8 x 7 =
4 x 4 =	3 x 5 =	2 x 9 =
6 x 7 =	5 x 5 =	2 x 2 =
9 x 3 =	4 x 2 =	4 x 6 =
5 x 8 =	8 x 6 =	8 x 3 =
8 x 4 =	9 x 2 =	7 x 1 =
2 x 3 =	6 x 5 =	7 x 5 =
6 x 8 =	4 x 7 =	6 x 2 =
9 x 7 =	1 x 3 =	9 x 6 =
1 x 6 =	2 x 4 =	8 x 1 =
2 x 8 =	3 x 6 =	9 x 9 =
6 x 3 =	6 x 9 =	2 x 7 =
9 x 5 =	3 x 9 =	1 x 4 =
4 x 1 =	8 x 8 =	3 x 2 =
5 x 3 =	4 x 9 =	7 x 9 =
3 x 3 =	8 x 2 =	0 x 8 =
6 x 4 =	4 x 5 =	5 x 7 =
7 x 6 =	2 x 5 =	3 x 1 =
8 x 9 =	6 x 6 =	7 x 7 =
5 x 6 =	7 x 8 =	5 x 1 =
3 x 8 =	5 x 9 =	1 x 2 =
2 x 6 =	4 x 8 =	6 + 7 =
7 x 3 =	1 x 9 =	17 − 8 =
8 x 5 =	7 x 2 =	5 + 9 =
9 x 4 =	6 x 1 =	14 − 8 =
7 x 4 =	4 x 3 =	3 + 7 =
5 x 4 =	8 x 9 =	16 − 8 =

$3 \times 7 =$ $3 \times 4 =$ $9 \times 1 =$

$5 \times 2 =$ $2 \times 1 =$ $8 \times 7 =$

$4 \times 4 =$ $3 \times 5 =$ $2 \times 9 =$

$6 \times 7 =$ $5 \times 5 =$ $2 \times 2 =$

$9 \times 3 =$ $4 \times 2 =$ $4 \times 6 =$

$5 \times 8 =$ $8 \times 6 =$ $8 \times 3 =$

$8 \times 4 =$ $9 \times 2 =$ $7 \times 1 =$

$2 \times 3 =$ $6 \times 5 =$ $7 \times 5 =$

$6 \times 8 =$ $4 \times 7 =$ $6 \times 2 =$

$9 \times 7 =$ $1 \times 3 =$ $9 \times 6 =$

$1 \times 6 =$ $2 \times 4 =$ $8 \times 1 =$

$2 \times 8 =$ $3 \times 6 =$ $9 \times 9 =$

$6 \times 3 =$ $6 \times 9 =$ $2 \times 7 =$

$9 \times 5 =$ $3 \times 9 =$ $1 \times 4 =$

$4 \times 1 =$ $8 \times 8 =$ $3 \times 2 =$

$5 \times 3 =$ $4 \times 9 =$ $7 \times 9 =$

$3 \times 3 =$ $8 \times 2 =$ $0 \times 8 =$

$6 \times 4 =$ $4 \times 5 =$ $5 \times 7 =$

$7 \times 6 =$ $2 \times 5 =$ $3 \times 1 =$

$8 \times 9 =$ $6 \times 6 =$ $7 \times 7 =$

$5 \times 6 =$ $7 \times 8 =$ $5 \times 1 =$

$3 \times 8 =$ $5 \times 9 =$ $1 \times 2 =$

$2 \times 6 =$ $4 \times 8 =$ $5 + 4 =$

$7 \times 3 =$ $1 \times 9 =$ $13 - 7 =$

$8 \times 5 =$ $7 \times 2 =$ $3 + 8 =$

$9 \times 4 =$ $6 \times 1 =$ $11 - 5 =$

$7 \times 4 =$ $4 \times 3 =$ $2 + 7 =$

$5 \times 4 =$ $8 \times 9 =$ $12 - 7 =$

3 x 7 =	3 x 4 =	9 x 1 =
5 x 2 =	2 x 1 =	8 x 7 =
4 x 4 =	3 x 5 =	2 x 9 =
6 x 7 =	5 x 5 =	2 x 2 =
9 x 3 =	4 x 2 =	4 x 6 =
5 x 8 =	8 x 6 =	8 x 3 =
8 x 4 =	9 x 2 =	7 x 1 =
2 x 3 =	6 x 5 =	7 x 5 =
6 x 8 =	4 x 7 =	6 x 2 =
9 x 7 =	1 x 3 =	9 x 6 =
1 x 6 =	2 x 4 =	8 x 1 =
2 x 8 =	3 x 6 =	9 x 9 =
6 x 3 =	6 x 9 =	2 x 7 =
9 x 5 =	3 x 9 =	1 x 4 =
4 x 1 =	8 x 8 =	3 x 2 =
5 x 3 =	4 x 9 =	7 x 9 =
3 x 3 =	8 x 2 =	0 x 8 =
6 x 4 =	4 x 5 =	5 x 7 =
7 x 6 =	2 x 5 =	3 x 1 =
8 x 9 =	6 x 6 =	7 x 7 =
5 x 6 =	7 x 8 =	5 x 1 =
3 x 8 =	5 x 9 =	1 x 2 =
2 x 6 =	4 x 8 =	4 + 9 =
7 x 3 =	1 x 9 =	16 − 7 =
8 x 5 =	7 x 2 =	8 + 9 =
9 x 4 =	6 x 1 =	11 − 4 =
7 x 4 =	4 x 3 =	7 + 7 =
5 x 4 =	8 x 9 =	15 − 8 =

3 x 7 =	3 x 4 =	9 x 1 =
5 x 2 =	2 x 1 =	8 x 7 =
4 x 4 =	3 x 5 =	2 x 9 =
6 x 7 =	5 x 5 =	2 x 2 =
9 x 3 =	4 x 2 =	4 x 6 =
5 x 8 =	8 x 6 =	8 x 3 =
8 x 4 =	9 x 2 =	7 x 1 =
2 x 3 =	6 x 5 =	7 x 5 =
6 x 8 =	4 x 7 =	6 x 2 =
9 x 7 =	1 x 3 =	9 x 6 =
1 x 6 =	2 x 4 =	8 x 1 =
2 x 8 =	3 x 6 =	9 x 9 =
6 x 3 =	6 x 9 =	2 x 7 =
9 x 5 =	3 x 9 =	1 x 4 =
4 x 1 =	8 x 8 =	3 x 2 =
5 x 3 =	4 x 9 =	7 x 9 =
3 x 3 =	8 x 2 =	0 x 8 =
6 x 4 =	4 x 5 =	5 x 7 =
7 x 6 =	2 x 5 =	3 x 1 =
8 x 9 =	6 x 6 =	7 x 7 =
5 x 6 =	7 x 8 =	5 x 1 =
3 x 8 =	5 x 9 =	1 x 2 =
2 x 6 =	4 x 8 =	8 + 4 =
7 x 3 =	1 x 9 =	16 − 9 =
8 x 5 =	7 x 2 =	3 + 7 =
9 x 4 =	6 x 1 =	13 − 4 =
7 x 4 =	4 x 3 =	9 + 7 =
5 x 4 =	8 x 9 =	14 − 9 =

3 x 7 =	3 x 4 =	9 x 1 =
5 x 2 =	2 x 1 =	8 x 7 =
4 x 4 =	3 x 5 =	2 x 9 =
6 x 7 =	5 x 5 =	2 x 2 =
9 x 3 =	4 x 2 =	4 x 6 =
5 x 8 =	8 x 6 =	8 x 3 =
8 x 4 =	9 x 2 =	7 x 1 =
2 x 3 =	6 x 5 =	7 x 5 =
6 x 8 =	4 x 7 =	6 x 2 =
9 x 7 =	1 x 3 =	9 x 6 =
1 x 6 =	2 x 4 =	8 x 1 =
2 x 8 =	3 x 6 =	9 x 9 =
6 x 3 =	6 x 9 =	2 x 7 =
9 x 5 =	3 x 9 =	1 x 4 =
4 x 1 =	8 x 8 =	3 x 2 =
5 x 3 =	4 x 9 =	7 x 9 =
3 x 3 =	8 x 2 =	0 x 8 =
6 x 4 =	4 x 5 =	5 x 7 =
7 x 6 =	2 x 5 =	3 x 1 =
8 x 9 =	6 x 6 =	7 x 7 =
5 x 6 =	7 x 8 =	5 x 1 =
3 x 8 =	5 x 9 =	1 x 2 =
2 x 6 =	4 x 8 =	7 + 4 =
7 x 3 =	1 x 9 =	10 − 8 =
8 x 5 =	7 x 2 =	5 + 9 =
9 x 4 =	6 x 1 =	11 − 3 =
7 x 4 =	4 x 3 =	6 + 4 =
5 x 4 =	8 x 9 =	11 − 9 =

$3 \times 7 =$	$3 \times 4 =$	$9 \times 1 =$
$5 \times 2 =$	$2 \times 1 =$	$8 \times 7 =$
$4 \times 4 =$	$3 \times 5 =$	$2 \times 9 =$
$6 \times 7 =$	$5 \times 5 =$	$2 \times 2 =$
$9 \times 3 =$	$4 \times 2 =$	$4 \times 6 =$
$5 \times 8 =$	$8 \times 6 =$	$8 \times 3 =$
$8 \times 4 =$	$9 \times 2 =$	$7 \times 1 =$
$2 \times 3 =$	$6 \times 5 =$	$7 \times 5 =$
$6 \times 8 =$	$4 \times 7 =$	$6 \times 2 =$
$9 \times 7 =$	$1 \times 3 =$	$9 \times 6 =$
$1 \times 6 =$	$2 \times 4 =$	$8 \times 1 =$
$2 \times 8 =$	$3 \times 6 =$	$9 \times 9 =$
$6 \times 3 =$	$6 \times 9 =$	$2 \times 7 =$
$9 \times 5 =$	$3 \times 9 =$	$1 \times 4 =$
$4 \times 1 =$	$8 \times 8 =$	$3 \times 2 =$
$5 \times 3 =$	$4 \times 9 =$	$7 \times 9 =$
$3 \times 3 =$	$8 \times 2 =$	$0 \times 8 =$
$6 \times 4 =$	$4 \times 5 =$	$5 \times 7 =$
$7 \times 6 =$	$2 \times 5 =$	$3 \times 1 =$
$8 \times 9 =$	$6 \times 6 =$	$7 \times 7 =$
$5 \times 6 =$	$7 \times 8 =$	$5 \times 1 =$
$3 \times 8 =$	$5 \times 9 =$	$1 \times 2 =$
$2 \times 6 =$	$4 \times 8 =$	$4 + 7 =$
$7 \times 3 =$	$1 \times 9 =$	$17 - 9 =$
$8 \times 5 =$	$7 \times 2 =$	$6 + 9 =$
$9 \times 4 =$	$6 \times 1 =$	$15 - 8 =$
$7 \times 4 =$	$4 \times 3 =$	$9 + 7 =$
$5 \times 4 =$	$8 \times 9 =$	$12 - 8 =$

3 x 7 =	3 x 4 =	9 x 1 =
5 x 2 =	2 x 1 =	8 x 7 =
4 x 4 =	3 x 5 =	2 x 9 =
6 x 7 =	5 x 5 =	2 x 2 =
9 x 3 =	4 x 2 =	4 x 6 =
5 x 8 =	8 x 6 =	8 x 3 =
8 x 4 =	9 x 2 =	7 x 1 =
2 x 3 =	6 x 5 =	7 x 5 =
6 x 8 =	4 x 7 =	6 x 2 =
9 x 7 =	1 x 3 =	9 x 6 =
1 x 6 =	2 x 4 =	8 x 1 =
2 x 8 =	3 x 6 =	9 x 9 =
6 x 3 =	6 x 9 =	2 x 7 =
9 x 5 =	3 x 9 =	1 x 4 =
4 x 1 =	8 x 8 =	3 x 2 =
5 x 3 =	4 x 9 =	7 x 9 =
3 x 3 =	8 x 2 =	0 x 8 =
6 x 4 =	4 x 5 =	5 x 7 =
7 x 6 =	2 x 5 =	3 x 1 =
8 x 9 =	6 x 6 =	7 x 7 =
5 x 6 =	7 x 8 =	5 x 1 =
3 x 8 =	5 x 9 =	1 x 2 =
2 x 6 =	4 x 8 =	6 + 9 =
7 x 3 =	1 x 9 =	17 − 9 =
8 x 5 =	7 x 2 =	5 + 2 =
9 x 4 =	6 x 1 =	11 − 8 =
7 x 4 =	4 x 3 =	6 + 8 =
5 x 4 =	8 x 9 =	12 − 3 =

3 x 7 =	3 x 4 =	9 x 1 =
5 x 2 =	2 x 1 =	8 x 7 =
4 x 4 =	3 x 5 =	2 x 9 =
6 x 7 =	5 x 5 =	2 x 2 =
9 x 3 =	4 x 2 =	4 x 6 =
5 x 8 =	8 x 6 =	8 x 3 =
8 x 4 =	9 x 2 =	7 x 1 =
2 x 3 =	6 x 5 =	7 x 5 =
6 x 8 =	4 x 7 =	6 x 2 =
9 x 7 =	1 x 3 =	9 x 6 =
1 x 6 =	2 x 4 =	8 x 1 =
2 x 8 =	3 x 6 =	9 x 9 =
6 x 3 =	6 x 9 =	2 x 7 =
9 x 5 =	3 x 9 =	1 x 4 =
4 x 1 =	8 x 8 =	3 x 2 =
5 x 3 =	4 x 9 =	7 x 9 =
3 x 3 =	8 x 2 =	0 x 8 =
6 x 4 =	4 x 5 =	5 x 7 =
7 x 6 =	2 x 5 =	3 x 1 =
8 x 9 =	6 x 6 =	7 x 7 =
5 x 6 =	7 x 8 =	5 x 1 =
3 x 8 =	5 x 9 =	1 x 2 =
2 x 6 =	4 x 8 =	6 + 2 =
7 x 3 =	1 x 9 =	10 − 8 =
8 x 5 =	7 x 2 =	3 + 9 =
9 x 4 =	6 x 1 =	17 − 8 =
7 x 4 =	4 x 3 =	8 + 9 =
5 x 4 =	8 x 9 =	18 − 9 =

$3 \times 7 =$	$3 \times 4 =$	$9 \times 1 =$
$5 \times 2 =$	$2 \times 1 =$	$8 \times 7 =$
$4 \times 4 =$	$3 \times 5 =$	$2 \times 9 =$
$6 \times 7 =$	$5 \times 5 =$	$2 \times 2 =$
$9 \times 3 =$	$4 \times 2 =$	$4 \times 6 =$
$5 \times 8 =$	$8 \times 6 =$	$8 \times 3 =$
$8 \times 4 =$	$9 \times 2 =$	$7 \times 1 =$
$2 \times 3 =$	$6 \times 5 =$	$7 \times 5 =$
$6 \times 8 =$	$4 \times 7 =$	$6 \times 2 =$
$9 \times 7 =$	$1 \times 3 =$	$9 \times 6 =$
$1 \times 6 =$	$2 \times 4 =$	$8 \times 1 =$
$2 \times 8 =$	$3 \times 6 =$	$9 \times 9 =$
$6 \times 3 =$	$6 \times 9 =$	$2 \times 7 =$
$9 \times 5 =$	$3 \times 9 =$	$1 \times 4 =$
$4 \times 1 =$	$8 \times 8 =$	$3 \times 2 =$
$5 \times 3 =$	$4 \times 9 =$	$7 \times 9 =$
$3 \times 3 =$	$8 \times 2 =$	$0 \times 8 =$
$6 \times 4 =$	$4 \times 5 =$	$5 \times 7 =$
$7 \times 6 =$	$2 \times 5 =$	$3 \times 1 =$
$8 \times 9 =$	$6 \times 6 =$	$7 \times 7 =$
$5 \times 6 =$	$7 \times 8 =$	$5 \times 1 =$
$3 \times 8 =$	$5 \times 9 =$	$1 \times 2 =$
$2 \times 6 =$	$4 \times 8 =$	$2 + 9 =$
$7 \times 3 =$	$1 \times 9 =$	$13 - 4 =$
$8 \times 5 =$	$7 \times 2 =$	$7 + 9 =$
$9 \times 4 =$	$6 \times 1 =$	$14 - 6 =$
$7 \times 4 =$	$4 \times 3 =$	$3 + 8 =$
$5 \times 4 =$	$8 \times 9 =$	$15 - 7 =$

3 x 7 =	3 x 4 =	9 x 1 =
5 x 2 =	2 x 1 =	8 x 7 =
4 x 4 =	3 x 5 =	2 x 9 =
6 x 7 =	5 x 5 =	2 x 2 =
9 x 3 =	4 x 2 =	4 x 6 =
5 x 8 =	8 x 6 =	8 x 3 =
8 x 4 =	9 x 2 =	7 x 1 =
2 x 3 =	6 x 5 =	7 x 5 =
6 x 8 =	4 x 7 =	6 x 2 =
9 x 7 =	1 x 3 =	9 x 6 =
1 x 6 =	2 x 4 =	8 x 1 =
2 x 8 =	3 x 6 =	9 x 9 =
6 x 3 =	6 x 9 =	2 x 7 =
9 x 5 =	3 x 9 =	1 x 4 =
4 x 1 =	8 x 8 =	3 x 2 =
5 x 3 =	4 x 9 =	7 x 9 =
3 x 3 =	8 x 2 =	0 x 8 =
6 x 4 =	4 x 5 =	5 x 7 =
7 x 6 =	2 x 5 =	3 x 1 =
8 x 9 =	6 x 6 =	7 x 7 =
5 x 6 =	7 x 8 =	5 x 1 =
3 x 8 =	5 x 9 =	1 x 2 =
2 x 6 =	4 x 8 =	6 + 6 =
7 x 3 =	1 x 9 =	10 − 3 =
8 x 5 =	7 x 2 =	4 + 6 =
9 x 4 =	6 x 1 =	12 − 7 =
7 x 4 =	4 x 3 =	4 + 9 =
5 x 4 =	8 x 9 =	10 − 6 =

3 x 7 =	3 x 4 =	9 x 1 =
5 x 2 =	2 x 1 =	8 x 7 =
4 x 4 =	3 x 5 =	2 x 9 =
6 x 7 =	5 x 5 =	2 x 2 =
9 x 3 =	4 x 2 =	4 x 6 =
5 x 8 =	8 x 6 =	8 x 3 =
8 x 4 =	9 x 2 =	7 x 1 =
2 x 3 =	6 x 5 =	7 x 5 =
6 x 8 =	4 x 7 =	6 x 2 =
9 x 7 =	1 x 3 =	9 x 6 =
1 x 6 =	2 x 4 =	8 x 1 =
2 x 8 =	3 x 6 =	9 x 9 =
6 x 3 =	6 x 9 =	2 x 7 =
9 x 5 =	3 x 9 =	1 x 4 =
4 x 1 =	8 x 8 =	3 x 2 =
5 x 3 =	4 x 9 =	7 x 9 =
3 x 3 =	8 x 2 =	0 x 8 =
6 x 4 =	4 x 5 =	5 x 7 =
7 x 6 =	2 x 5 =	3 x 1 =
8 x 9 =	6 x 6 =	7 x 7 =
5 x 6 =	7 x 8 =	5 x 1 =
3 x 8 =	5 x 9 =	1 x 2 =
2 x 6 =	4 x 8 =	6 + 7 =
7 x 3 =	1 x 9 =	17 − 8 =
8 x 5 =	7 x 2 =	5 + 9 =
9 x 4 =	6 x 1 =	14 − 8 =
7 x 4 =	4 x 3 =	3 + 7 =
5 x 4 =	8 x 9 =	16 − 8 =

3 x 7 =	3 x 4 =	9 x 1 =
5 x 2 =	2 x 1 =	8 x 7 =
4 x 4 =	3 x 5 =	2 x 9 =
6 x 7 =	5 x 5 =	2 x 2 =
9 x 3 =	4 x 2 =	4 x 6 =
5 x 8 =	8 x 6 =	8 x 3 =
8 x 4 =	9 x 2 =	7 x 1 =
2 x 3 =	6 x 5 =	7 x 5 =
6 x 8 =	4 x 7 =	6 x 2 =
9 x 7 =	1 x 3 =	9 x 6 =
1 x 6 =	2 x 4 =	8 x 1 =
2 x 8 =	3 x 6 =	9 x 9 =
6 x 3 =	6 x 9 =	2 x 7 =
9 x 5 =	3 x 9 =	1 x 4 =
4 x 1 =	8 x 8 =	3 x 2 =
5 x 3 =	4 x 9 =	7 x 9 =
3 x 3 =	8 x 2 =	0 x 8 =
6 x 4 =	4 x 5 =	5 x 7 =
7 x 6 =	2 x 5 =	3 x 1 =
8 x 9 =	6 x 6 =	7 x 7 =
5 x 6 =	7 x 8 =	5 x 1 =
3 x 8 =	5 x 9 =	1 x 2 =
2 x 6 =	4 x 8 =	4 + 7 =
7 x 3 =	1 x 9 =	16 − 8 =
8 x 5 =	7 x 2 =	3 + 9 =
9 x 4 =	6 x 1 =	15 − 8 =
7 x 4 =	4 x 3 =	2 + 7 =
5 x 4 =	8 x 9 =	17 − 8 =

3 x 7 =	3 x 4 =	9 x 1 =
5 x 2 =	2 x 1 =	8 x 7 =
4 x 4 =	3 x 5 =	2 x 9 =
6 x 7 =	5 x 5 =	2 x 2 =
9 x 3 =	4 x 2 =	4 x 6 =
5 x 8 =	8 x 6 =	8 x 3 =
8 x 4 =	9 x 2 =	7 x 1 =
2 x 3 =	6 x 5 =	7 x 5 =
6 x 8 =	4 x 7 =	6 x 2 =
9 x 7 =	1 x 3 =	9 x 6 =
1 x 6 =	2 x 4 =	8 x 1 =
2 x 8 =	3 x 6 =	9 x 9 =
6 x 3 =	6 x 9 =	2 x 7 =
9 x 5 =	3 x 9 =	1 x 4 =
4 x 1 =	8 x 8 =	3 x 2 =
5 x 3 =	4 x 9 =	7 x 9 =
3 x 3 =	8 x 2 =	0 x 8 =
6 x 4 =	4 x 5 =	5 x 7 =
7 x 6 =	2 x 5 =	3 x 1 =
8 x 9 =	6 x 6 =	7 x 7 =
5 x 6 =	7 x 8 =	5 x 1 =
3 x 8 =	5 x 9 =	1 x 2 =
2 x 6 =	4 x 8 =	6 + 4 =
7 x 3 =	1 x 9 =	14 − 8 =
8 x 5 =	7 x 2 =	5 + 5 =
9 x 4 =	6 x 1 =	14 − 9 =
7 x 4 =	4 x 3 =	3 + 4 =
5 x 4 =	8 x 9 =	16 − 9 =

3 x 7 =	3 x 4 =	9 x 1 =
5 x 2 =	2 x 1 =	8 x 7 =
4 x 4 =	3 x 5 =	2 x 9 =
6 x 7 =	5 x 5 =	2 x 2 =
9 x 3 =	4 x 2 =	4 x 6 =
5 x 8 =	8 x 6 =	8 x 3 =
8 x 4 =	9 x 2 =	7 x 1 =
2 x 3 =	6 x 5 =	7 x 5 =
6 x 8 =	4 x 7 =	6 x 2 =
9 x 7 =	1 x 3 =	9 x 6 =
1 x 6 =	2 x 4 =	8 x 1 =
2 x 8 =	3 x 6 =	9 x 9 =
6 x 3 =	6 x 9 =	2 x 7 =
9 x 5 =	3 x 9 =	1 x 4 =
4 x 1 =	8 x 8 =	3 x 2 =
5 x 3 =	4 x 9 =	7 x 9 =
3 x 3 =	8 x 2 =	0 x 8 =
6 x 4 =	4 x 5 =	5 x 7 =
7 x 6 =	2 x 5 =	3 x 1 =
8 x 9 =	6 x 6 =	7 x 7 =
5 x 6 =	7 x 8 =	5 x 1 =
3 x 8 =	5 x 9 =	1 x 2 =
2 x 6 =	4 x 8 =	2 + 8 =
7 x 3 =	1 x 9 =	13 − 6 =
8 x 5 =	7 x 2 =	7 + 5 =
9 x 4 =	6 x 1 =	15 − 6 =
7 x 4 =	4 x 3 =	6 + 8 =
5 x 4 =	8 x 9 =	13 − 7 =

3 x 7 =	3 x 4 =	9 x 1 =
5 x 2 =	2 x 1 =	8 x 7 =
4 x 4 =	3 x 5 =	2 x 9 =
6 x 7 =	5 x 5 =	2 x 2 =
9 x 3 =	4 x 2 =	4 x 6 =
5 x 8 =	8 x 6 =	8 x 3 =
8 x 4 =	9 x 2 =	7 x 1 =
2 x 3 =	6 x 5 =	7 x 5 =
6 x 8 =	4 x 7 =	6 x 2 =
9 x 7 =	1 x 3 =	9 x 6 =
1 x 6 =	2 x 4 =	8 x 1 =
2 x 8 =	3 x 6 =	9 x 9 =
6 x 3 =	6 x 9 =	2 x 7 =
9 x 5 =	3 x 9 =	1 x 4 =
4 x 1 =	8 x 8 =	3 x 2 =
5 x 3 =	4 x 9 =	7 x 9 =
3 x 3 =	8 x 2 =	0 x 8 =
6 x 4 =	4 x 5 =	5 x 7 =
7 x 6 =	2 x 5 =	3 x 1 =
8 x 9 =	6 x 6 =	7 x 7 =
5 x 6 =	7 x 8 =	5 x 1 =
3 x 8 =	5 x 9 =	1 x 2 =
2 x 6 =	4 x 8 =	2 + 5 =
7 x 3 =	1 x 9 =	14 − 9 =
8 x 5 =	7 x 2 =	4 + 6 =
9 x 4 =	6 x 1 =	12 − 7 =
7 x 4 =	4 x 3 =	8 + 4 =
5 x 4 =	8 x 9 =	16 − 7 =

3 x 7 =	3 x 4 =	9 x 1 =
5 x 2 =	2 x 1 =	8 x 7 =
4 x 4 =	3 x 5 =	2 x 9 =
6 x 7 =	5 x 5 =	2 x 2 =
9 x 3 =	4 x 2 =	4 x 6 =
5 x 8 =	8 x 6 =	8 x 3 =
8 x 4 =	9 x 2 =	7 x 1 =
2 x 3 =	6 x 5 =	7 x 5 =
6 x 8 =	4 x 7 =	6 x 2 =
9 x 7 =	1 x 3 =	9 x 6 =
1 x 6 =	2 x 4 =	8 x 1 =
2 x 8 =	3 x 6 =	9 x 9 =
6 x 3 =	6 x 9 =	2 x 7 =
9 x 5 =	3 x 9 =	1 x 4 =
4 x 1 =	8 x 8 =	3 x 2 =
5 x 3 =	4 x 9 =	7 x 9 =
3 x 3 =	8 x 2 =	0 x 8 =
6 x 4 =	4 x 5 =	5 x 7 =
7 x 6 =	2 x 5 =	3 x 1 =
8 x 9 =	6 x 6 =	7 x 7 =
5 x 6 =	7 x 8 =	5 x 1 =
3 x 8 =	5 x 9 =	1 x 2 =
2 x 6 =	4 x 8 =	7 + 7 =
7 x 3 =	1 x 9 =	11 − 8 =
8 x 5 =	7 x 2 =	5 + 4 =
9 x 4 =	6 x 1 =	12 − 8 =
7 x 4 =	4 x 3 =	8 + 7 =
5 x 4 =	8 x 9 =	14 − 5 =

3 x 7 =	3 x 4 =	9 x 1 =
5 x 2 =	2 x 1 =	8 x 7 =
4 x 4 =	3 x 5 =	2 x 9 =
6 x 7 =	5 x 5 =	2 x 2 =
9 x 3 =	4 x 2 =	4 x 6 =
5 x 8 =	8 x 6 =	8 x 3 =
8 x 4 =	9 x 2 =	7 x 1 =
2 x 3 =	6 x 5 =	7 x 5 =
6 x 8 =	4 x 7 =	6 x 2 =
9 x 7 =	1 x 3 =	9 x 6 =
1 x 6 =	2 x 4 =	8 x 1 =
2 x 8 =	3 x 6 =	9 x 9 =
6 x 3 =	6 x 9 =	2 x 7 =
9 x 5 =	3 x 9 =	1 x 4 =
4 x 1 =	8 x 8 =	3 x 2 =
5 x 3 =	4 x 9 =	7 x 9 =
3 x 3 =	8 x 2 =	0 x 8 =
6 x 4 =	4 x 5 =	5 x 7 =
7 x 6 =	2 x 5 =	3 x 1 =
8 x 9 =	6 x 6 =	7 x 7 =
5 x 6 =	7 x 8 =	5 x 1 =
3 x 8 =	5 x 9 =	1 x 2 =
2 x 6 =	4 x 8 =	6 + 8 =
7 x 3 =	1 x 9 =	14 − 6 =
8 x 5 =	7 x 2 =	7 + 6 =
9 x 4 =	6 x 1 =	13 − 5 =
7 x 4 =	4 x 3 =	5 + 9 =
5 x 4 =	8 x 9 =	11 − 3 =

$3 \times 7 =$	$3 \times 4 =$	$9 \times 1 =$
$5 \times 2 =$	$2 \times 1 =$	$8 \times 7 =$
$4 \times 4 =$	$3 \times 5 =$	$2 \times 9 =$
$6 \times 7 =$	$5 \times 5 =$	$2 \times 2 =$
$9 \times 3 =$	$4 \times 2 =$	$4 \times 6 =$
$5 \times 8 =$	$8 \times 6 =$	$8 \times 3 =$
$8 \times 4 =$	$9 \times 2 =$	$7 \times 1 =$
$2 \times 3 =$	$6 \times 5 =$	$7 \times 5 =$
$6 \times 8 =$	$4 \times 7 =$	$6 \times 2 =$
$9 \times 7 =$	$1 \times 3 =$	$9 \times 6 =$
$1 \times 6 =$	$2 \times 4 =$	$8 \times 1 =$
$2 \times 8 =$	$3 \times 6 =$	$9 \times 9 =$
$6 \times 3 =$	$6 \times 9 =$	$2 \times 7 =$
$9 \times 5 =$	$3 \times 9 =$	$1 \times 4 =$
$4 \times 1 =$	$8 \times 8 =$	$3 \times 2 =$
$5 \times 3 =$	$4 \times 9 =$	$7 \times 9 =$
$3 \times 3 =$	$8 \times 2 =$	$0 \times 8 =$
$6 \times 4 =$	$4 \times 5 =$	$5 \times 7 =$
$7 \times 6 =$	$2 \times 5 =$	$3 \times 1 =$
$8 \times 9 =$	$6 \times 6 =$	$7 \times 7 =$
$5 \times 6 =$	$7 \times 8 =$	$5 \times 1 =$
$3 \times 8 =$	$5 \times 9 =$	$1 \times 2 =$
$2 \times 6 =$	$4 \times 8 =$	$3 + 9 =$
$7 \times 3 =$	$1 \times 9 =$	$12 - 5 =$
$8 \times 5 =$	$7 \times 2 =$	$6 + 9 =$
$9 \times 4 =$	$6 \times 1 =$	$13 - 7 =$
$7 \times 4 =$	$4 \times 3 =$	$8 + 5 =$
$5 \times 4 =$	$8 \times 9 =$	$12 - 3 =$

3 x 7 =	3 x 4 =	9 x 1 =
5 x 2 =	2 x 1 =	8 x 7 =
4 x 4 =	3 x 5 =	2 x 9 =
6 x 7 =	5 x 5 =	2 x 2 =
9 x 3 =	4 x 2 =	4 x 6 =
5 x 8 =	8 x 6 =	8 x 3 =
8 x 4 =	9 x 2 =	7 x 1 =
2 x 3 =	6 x 5 =	7 x 5 =
6 x 8 =	4 x 7 =	6 x 2 =
9 x 7 =	1 x 3 =	9 x 6 =
1 x 6 =	2 x 4 =	8 x 1 =
2 x 8 =	3 x 6 =	9 x 9 =
6 x 3 =	6 x 9 =	2 x 7 =
9 x 5 =	3 x 9 =	1 x 4 =
4 x 1 =	8 x 8 =	3 x 2 =
5 x 3 =	4 x 9 =	7 x 9 =
3 x 3 =	8 x 2 =	0 x 8 =
6 x 4 =	4 x 5 =	5 x 7 =
7 x 6 =	2 x 5 =	3 x 1 =
8 x 9 =	6 x 6 =	7 x 7 =
5 x 6 =	7 x 8 =	5 x 1 =
3 x 8 =	5 x 9 =	1 x 2 =
2 x 6 =	4 x 8 =	2 + 9 =
7 x 3 =	1 x 9 =	11 – 7 =
8 x 5 =	7 x 2 =	8 + 9 =
9 x 4 =	6 x 1 =	11 – 5 =
7 x 4 =	4 x 3 =	4 + 3 =
5 x 4 =	8 x 9 =	10 – 3 =

3 x 7 =	3 x 4 =	9 x 1 =
5 x 2 =	2 x 1 =	8 x 7 =
4 x 4 =	3 x 5 =	2 x 9 =
6 x 7 =	5 x 5 =	2 x 2 =
9 x 3 =	4 x 2 =	4 x 6 =
5 x 8 =	8 x 6 =	8 x 3 =
8 x 4 =	9 x 2 =	7 x 1 =
2 x 3 =	6 x 5 =	7 x 5 =
6 x 8 =	4 x 7 =	6 x 2 =
9 x 7 =	1 x 3 =	9 x 6 =
1 x 6 =	2 x 4 =	8 x 1 =
2 x 8 =	3 x 6 =	9 x 9 =
6 x 3 =	6 x 9 =	2 x 7 =
9 x 5 =	3 x 9 =	1 x 4 =
4 x 1 =	8 x 8 =	3 x 2 =
5 x 3 =	4 x 9 =	7 x 9 =
3 x 3 =	8 x 2 =	0 x 8 =
6 x 4 =	4 x 5 =	5 x 7 =
7 x 6 =	2 x 5 =	3 x 1 =
8 x 9 =	6 x 6 =	7 x 7 =
5 x 6 =	7 x 8 =	5 x 1 =
3 x 8 =	5 x 9 =	1 x 2 =
2 x 6 =	4 x 8 =	2 + 6 =
7 x 3 =	1 x 9 =	10 – 8 =
8 x 5 =	7 x 2 =	6 + 9 =
9 x 4 =	6 x 1 =	15 – 9 =
7 x 4 =	4 x 3 =	6 + 3 =
5 x 4 =	8 x 9 =	15 – 7 =

$3 \times 7 =$	$3 \times 4 =$	$9 \times 1 =$
$5 \times 2 =$	$2 \times 1 =$	$8 \times 7 =$
$4 \times 4 =$	$3 \times 5 =$	$2 \times 9 =$
$6 \times 7 =$	$5 \times 5 =$	$2 \times 2 =$
$9 \times 3 =$	$4 \times 2 =$	$4 \times 6 =$
$5 \times 8 =$	$8 \times 6 =$	$8 \times 3 =$
$8 \times 4 =$	$9 \times 2 =$	$7 \times 1 =$
$2 \times 3 =$	$6 \times 5 =$	$7 \times 5 =$
$6 \times 8 =$	$4 \times 7 =$	$6 \times 2 =$
$9 \times 7 =$	$1 \times 3 =$	$9 \times 6 =$
$1 \times 6 =$	$2 \times 4 =$	$8 \times 1 =$
$2 \times 8 =$	$3 \times 6 =$	$9 \times 9 =$
$6 \times 3 =$	$6 \times 9 =$	$2 \times 7 =$
$9 \times 5 =$	$3 \times 9 =$	$1 \times 4 =$
$4 \times 1 =$	$8 \times 8 =$	$3 \times 2 =$
$5 \times 3 =$	$4 \times 9 =$	$7 \times 9 =$
$3 \times 3 =$	$8 \times 2 =$	$0 \times 8 =$
$6 \times 4 =$	$4 \times 5 =$	$5 \times 7 =$
$7 \times 6 =$	$2 \times 5 =$	$3 \times 1 =$
$8 \times 9 =$	$6 \times 6 =$	$7 \times 7 =$
$5 \times 6 =$	$7 \times 8 =$	$5 \times 1 =$
$3 \times 8 =$	$5 \times 9 =$	$1 \times 2 =$
$2 \times 6 =$	$4 \times 8 =$	$6 + 7 =$
$7 \times 3 =$	$1 \times 9 =$	$17 - 8 =$
$8 \times 5 =$	$7 \times 2 =$	$5 + 9 =$
$9 \times 4 =$	$6 \times 1 =$	$14 - 8 =$
$7 \times 4 =$	$4 \times 3 =$	$3 + 7 =$
$5 \times 4 =$	$8 \times 9 =$	$16 - 8 =$

3 x 7 =	3 x 4 =	9 x 1 =
5 x 2 =	2 x 1 =	8 x 7 =
4 x 4 =	3 x 5 =	2 x 9 =
6 x 7 =	5 x 5 =	2 x 2 =
9 x 3 =	4 x 2 =	4 x 6 =
5 x 8 =	8 x 6 =	8 x 3 =
8 x 4 =	9 x 2 =	7 x 1 =
2 x 3 =	6 x 5 =	7 x 5 =
6 x 8 =	4 x 7 =	6 x 2 =
9 x 7 =	1 x 3 =	9 x 6 =
1 x 6 =	2 x 4 =	8 x 1 =
2 x 8 =	3 x 6 =	9 x 9 =
6 x 3 =	6 x 9 =	2 x 7 =
9 x 5 =	3 x 9 =	1 x 4 =
4 x 1 =	8 x 8 =	3 x 2 =
5 x 3 =	4 x 9 =	7 x 9 =
3 x 3 =	8 x 2 =	0 x 8 =
6 x 4 =	4 x 5 =	5 x 7 =
7 x 6 =	2 x 5 =	3 x 1 =
8 x 9 =	6 x 6 =	7 x 7 =
5 x 6 =	7 x 8 =	5 x 1 =
3 x 8 =	5 x 9 =	1 x 2 =
2 x 6 =	4 x 8 =	5 + 4 =
7 x 3 =	1 x 9 =	13 − 7 =
8 x 5 =	7 x 2 =	3 + 8 =
9 x 4 =	6 x 1 =	11 − 5 =
7 x 4 =	4 x 3 =	2 + 7 =
5 x 4 =	8 x 9 =	12 − 7 =

3 x 7 =	3 x 4 =	9 x 1 =
5 x 2 =	2 x 1 =	8 x 7 =
4 x 4 =	3 x 5 =	2 x 9 =
6 x 7 =	5 x 5 =	2 x 2 =
9 x 3 =	4 x 2 =	4 x 6 =
5 x 8 =	8 x 6 =	8 x 3 =
8 x 4 =	9 x 2 =	7 x 1 =
2 x 3 =	6 x 5 =	7 x 5 =
6 x 8 =	4 x 7 =	6 x 2 =
9 x 7 =	1 x 3 =	9 x 6 =
1 x 6 =	2 x 4 =	8 x 1 =
2 x 8 =	3 x 6 =	9 x 9 =
6 x 3 =	6 x 9 =	2 x 7 =
9 x 5 =	3 x 9 =	1 x 4 =
4 x 1 =	8 x 8 =	3 x 2 =
5 x 3 =	4 x 9 =	7 x 9 =
3 x 3 =	8 x 2 =	0 x 8 =
6 x 4 =	4 x 5 =	5 x 7 =
7 x 6 =	2 x 5 =	3 x 1 =
8 x 9 =	6 x 6 =	7 x 7 =
5 x 6 =	7 x 8 =	5 x 1 =
3 x 8 =	5 x 9 =	1 x 2 =
2 x 6 =	4 x 8 =	4 + 9 =
7 x 3 =	1 x 9 =	16 − 7 =
8 x 5 =	7 x 2 =	8 + 9 =
9 x 4 =	6 x 1 =	11 − 4 =
7 x 4 =	4 x 3 =	7 + 7 =
5 x 4 =	8 x 9 =	15 − 8 =

3 x 7 =	3 x 4 =	9 x 1 =
5 x 2 =	2 x 1 =	8 x 7 =
4 x 4 =	3 x 5 =	2 x 9 =
6 x 7 =	5 x 5 =	2 x 2 =
9 x 3 =	4 x 2 =	4 x 6 =
5 x 8 =	8 x 6 =	8 x 3 =
8 x 4 =	9 x 2 =	7 x 1 =
2 x 3 =	6 x 5 =	7 x 5 =
6 x 8 =	4 x 7 =	6 x 2 =
9 x 7 =	1 x 3 =	9 x 6 =
1 x 6 =	2 x 4 =	8 x 1 =
2 x 8 =	3 x 6 =	9 x 9 =
6 x 3 =	6 x 9 =	2 x 7 =
9 x 5 =	3 x 9 =	1 x 4 =
4 x 1 =	8 x 8 =	3 x 2 =
5 x 3 =	4 x 9 =	7 x 9 =
3 x 3 =	8 x 2 =	0 x 8 =
6 x 4 =	4 x 5 =	5 x 7 =
7 x 6 =	2 x 5 =	3 x 1 =
8 x 9 =	6 x 6 =	7 x 7 =
5 x 6 =	7 x 8 =	5 x 1 =
3 x 8 =	5 x 9 =	1 x 2 =
2 x 6 =	4 x 8 =	8 + 4 =
7 x 3 =	1 x 9 =	16 − 9 =
8 x 5 =	7 x 2 =	3 + 7 =
9 x 4 =	6 x 1 =	13 − 4 =
7 x 4 =	4 x 3 =	9 + 7 =
5 x 4 =	8 x 9 =	14 − 9 =

$3 \times 7 =$	$3 \times 4 =$	$9 \times 1 =$
$5 \times 2 =$	$2 \times 1 =$	$8 \times 7 =$
$4 \times 4 =$	$3 \times 5 =$	$2 \times 9 =$
$6 \times 7 =$	$5 \times 5 =$	$2 \times 2 =$
$9 \times 3 =$	$4 \times 2 =$	$4 \times 6 =$
$5 \times 8 =$	$8 \times 6 =$	$8 \times 3 =$
$8 \times 4 =$	$9 \times 2 =$	$7 \times 1 =$
$2 \times 3 =$	$6 \times 5 =$	$7 \times 5 =$
$6 \times 8 =$	$4 \times 7 =$	$6 \times 2 =$
$9 \times 7 =$	$1 \times 3 =$	$9 \times 6 =$
$1 \times 6 =$	$2 \times 4 =$	$8 \times 1 =$
$2 \times 8 =$	$3 \times 6 =$	$9 \times 9 =$
$6 \times 3 =$	$6 \times 9 =$	$2 \times 7 =$
$9 \times 5 =$	$3 \times 9 =$	$1 \times 4 =$
$4 \times 1 =$	$8 \times 8 =$	$3 \times 2 =$
$5 \times 3 =$	$4 \times 9 =$	$7 \times 9 =$
$3 \times 3 =$	$8 \times 2 =$	$0 \times 8 =$
$6 \times 4 =$	$4 \times 5 =$	$5 \times 7 =$
$7 \times 6 =$	$2 \times 5 =$	$3 \times 1 =$
$8 \times 9 =$	$6 \times 6 =$	$7 \times 7 =$
$5 \times 6 =$	$7 \times 8 =$	$5 \times 1 =$
$3 \times 8 =$	$5 \times 9 =$	$1 \times 2 =$
$2 \times 6 =$	$4 \times 8 =$	$7 + 4 =$
$7 \times 3 =$	$1 \times 9 =$	$10 - 8 =$
$8 \times 5 =$	$7 \times 2 =$	$5 + 9 =$
$9 \times 4 =$	$6 \times 1 =$	$11 - 3 =$
$7 \times 4 =$	$4 \times 3 =$	$6 + 4 =$
$5 \times 4 =$	$8 \times 9 =$	$11 - 9 =$

3 x 7 =	3 x 4 =	9 x 1 =
5 x 2 =	2 x 1 =	8 x 7 =
4 x 4 =	3 x 5 =	2 x 9 =
6 x 7 =	5 x 5 =	2 x 2 =
9 x 3 =	4 x 2 =	4 x 6 =
5 x 8 =	8 x 6 =	8 x 3 =
8 x 4 =	9 x 2 =	7 x 1 =
2 x 3 =	6 x 5 =	7 x 5 =
6 x 8 =	4 x 7 =	6 x 2 =
9 x 7 =	1 x 3 =	9 x 6 =
1 x 6 =	2 x 4 =	8 x 1 =
2 x 8 =	3 x 6 =	9 x 9 =
6 x 3 =	6 x 9 =	2 x 7 =
9 x 5 =	3 x 9 =	1 x 4 =
4 x 1 =	8 x 8 =	3 x 2 =
5 x 3 =	4 x 9 =	7 x 9 =
3 x 3 =	8 x 2 =	0 x 8 =
6 x 4 =	4 x 5 =	5 x 7 =
7 x 6 =	2 x 5 =	3 x 1 =
8 x 9 =	6 x 6 =	7 x 7 =
5 x 6 =	7 x 8 =	5 x 1 =
3 x 8 =	5 x 9 =	1 x 2 =
2 x 6 =	4 x 8 =	4 + 7 =
7 x 3 =	1 x 9 =	17 − 9 =
8 x 5 =	7 x 2 =	6 + 9 =
9 x 4 =	6 x 1 =	15 − 8 =
7 x 4 =	4 x 3 =	9 + 7 =
5 x 4 =	8 x 9 =	12 − 8 =

3 x 7 =	3 x 4 =	9 x 1 =
5 x 2 =	2 x 1 =	8 x 7 =
4 x 4 =	3 x 5 =	2 x 9 =
6 x 7 =	5 x 5 =	2 x 2 =
9 x 3 =	4 x 2 =	4 x 6 =
5 x 8 =	8 x 6 =	8 x 3 =
8 x 4 =	9 x 2 =	7 x 1 =
2 x 3 =	6 x 5 =	7 x 5 =
6 x 8 =	4 x 7 =	6 x 2 =
9 x 7 =	1 x 3 =	9 x 6 =
1 x 6 =	2 x 4 =	8 x 1 =
2 x 8 =	3 x 6 =	9 x 9 =
6 x 3 =	6 x 9 =	2 x 7 =
9 x 5 =	3 x 9 =	1 x 4 =
4 x 1 =	8 x 8 =	3 x 2 =
5 x 3 =	4 x 9 =	7 x 9 =
3 x 3 =	8 x 2 =	0 x 8 =
6 x 4 =	4 x 5 =	5 x 7 =
7 x 6 =	2 x 5 =	3 x 1 =
8 x 9 =	6 x 6 =	7 x 7 =
5 x 6 =	7 x 8 =	5 x 1 =
3 x 8 =	5 x 9 =	1 x 2 =
2 x 6 =	4 x 8 =	6 + 9 =
7 x 3 =	1 x 9 =	17 − 9 =
8 x 5 =	7 x 2 =	5 + 2 =
9 x 4 =	6 x 1 =	11 − 8 =
7 x 4 =	4 x 3 =	6 + 8 =
5 x 4 =	8 x 9 =	12 − 3 =

$3 \times 7 =$	$3 \times 4 =$	$9 \times 1 =$
$5 \times 2 =$	$2 \times 1 =$	$8 \times 7 =$
$4 \times 4 =$	$3 \times 5 =$	$2 \times 9 =$
$6 \times 7 =$	$5 \times 5 =$	$2 \times 2 =$
$9 \times 3 =$	$4 \times 2 =$	$4 \times 6 =$
$5 \times 8 =$	$8 \times 6 =$	$8 \times 3 =$
$8 \times 4 =$	$9 \times 2 =$	$7 \times 1 =$
$2 \times 3 =$	$6 \times 5 =$	$7 \times 5 =$
$6 \times 8 =$	$4 \times 7 =$	$6 \times 2 =$
$9 \times 7 =$	$1 \times 3 =$	$9 \times 6 =$
$1 \times 6 =$	$2 \times 4 =$	$8 \times 1 =$
$2 \times 8 =$	$3 \times 6 =$	$9 \times 9 =$
$6 \times 3 =$	$6 \times 9 =$	$2 \times 7 =$
$9 \times 5 =$	$3 \times 9 =$	$1 \times 4 =$
$4 \times 1 =$	$8 \times 8 =$	$3 \times 2 =$
$5 \times 3 =$	$4 \times 9 =$	$7 \times 9 =$
$3 \times 3 =$	$8 \times 2 =$	$0 \times 8 =$
$6 \times 4 =$	$4 \times 5 =$	$5 \times 7 =$
$7 \times 6 =$	$2 \times 5 =$	$3 \times 1 =$
$8 \times 9 =$	$6 \times 6 =$	$7 \times 7 =$
$5 \times 6 =$	$7 \times 8 =$	$5 \times 1 =$
$3 \times 8 =$	$5 \times 9 =$	$1 \times 2 =$
$2 \times 6 =$	$4 \times 8 =$	$6 + 2 =$
$7 \times 3 =$	$1 \times 9 =$	$10 - 8 =$
$8 \times 5 =$	$7 \times 2 =$	$3 + 9 =$
$9 \times 4 =$	$6 \times 1 =$	$17 - 8 =$
$7 \times 4 =$	$4 \times 3 =$	$8 + 9 =$
$5 \times 4 =$	$8 \times 9 =$	$18 - 9 =$

3 x 7 =	3 x 4 =	9 x 1 =
5 x 2 =	2 x 1 =	8 x 7 =
4 x 4 =	3 x 5 =	2 x 9 =
6 x 7 =	5 x 5 =	2 x 2 =
9 x 3 =	4 x 2 =	4 x 6 =
5 x 8 =	8 x 6 =	8 x 3 =
8 x 4 =	9 x 2 =	7 x 1 =
2 x 3 =	6 x 5 =	7 x 5 =
6 x 8 =	4 x 7 =	6 x 2 =
9 x 7 =	1 x 3 =	9 x 6 =
1 x 6 =	2 x 4 =	8 x 1 =
2 x 8 =	3 x 6 =	9 x 9 =
6 x 3 =	6 x 9 =	2 x 7 =
9 x 5 =	3 x 9 =	1 x 4 =
4 x 1 =	8 x 8 =	3 x 2 =
5 x 3 =	4 x 9 =	7 x 9 =
3 x 3 =	8 x 2 =	0 x 8 =
6 x 4 =	4 x 5 =	5 x 7 =
7 x 6 =	2 x 5 =	3 x 1 =
8 x 9 =	6 x 6 =	7 x 7 =
5 x 6 =	7 x 8 =	5 x 1 =
3 x 8 =	5 x 9 =	1 x 2 =
2 x 6 =	4 x 8 =	2 + 9 =
7 x 3 =	1 x 9 =	13 – 4 =
8 x 5 =	7 x 2 =	7 + 9 =
9 x 4 =	6 x 1 =	14 – 6 =
7 x 4 =	4 x 3 =	3 + 8 =
5 x 4 =	8 x 9 =	15 – 7 =

3 x 7 =	3 x 4 =	9 x 1 =
5 x 2 =	2 x 1 =	8 x 7 =
4 x 4 =	3 x 5 =	2 x 9 =
6 x 7 =	5 x 5 =	2 x 2 =
9 x 3 =	4 x 2 =	4 x 6 =
5 x 8 =	8 x 6 =	8 x 3 =
8 x 4 =	9 x 2 =	7 x 1 =
2 x 3 =	6 x 5 =	7 x 5 =
6 x 8 =	4 x 7 =	6 x 2 =
9 x 7 =	1 x 3 =	9 x 6 =
1 x 6 =	2 x 4 =	8 x 1 =
2 x 8 =	3 x 6 =	9 x 9 =
6 x 3 =	6 x 9 =	2 x 7 =
9 x 5 =	3 x 9 =	1 x 4 =
4 x 1 =	8 x 8 =	3 x 2 =
5 x 3 =	4 x 9 =	7 x 9 =
3 x 3 =	8 x 2 =	0 x 8 =
6 x 4 =	4 x 5 =	5 x 7 =
7 x 6 =	2 x 5 =	3 x 1 =
8 x 9 =	6 x 6 =	7 x 7 =
5 x 6 =	7 x 8 =	5 x 1 =
3 x 8 =	5 x 9 =	1 x 2 =
2 x 6 =	4 x 8 =	6 + 6 =
7 x 3 =	1 x 9 =	10 − 3 =
8 x 5 =	7 x 2 =	4 + 6 =
9 x 4 =	6 x 1 =	12 − 7 =
7 x 4 =	4 x 3 =	4 + 9 =
5 x 4 =	8 x 9 =	10 − 6 =

ANSWERS

$3 \times 7 = 21$

$5 \times 2 = 10$

$4 \times 4 = 16$

$6 \times 7 = 42$

$9 \times 3 = 27$

$5 \times 8 = 40$

$8 \times 4 = 32$

$2 \times 3 = 6$

$6 \times 8 = 48$

$9 \times 7 = 63$

$1 \times 6 = 6$

$2 \times 8 = 16$

$6 \times 3 = 18$

$9 \times 5 = 45$

$4 \times 1 = 4$

$5 \times 3 = 15$

$3 \times 3 = 9$

$6 \times 4 = 24$

$7 \times 6 = 42$

$8 \times 9 = 72$

$5 \times 6 = 30$

$3 \times 8 = 24$

$2 \times 6 = 12$

$7 \times 3 = 21$

$8 \times 5 = 40$

$9 \times 4 = 36$

$7 \times 4 = 28$

$5 \times 4 = 20$

$3 \times 4 = 12$

$2 \times 1 = 2$

$3 \times 5 = 15$

$5 \times 5 = 25$

$4 \times 2 = 8$

$8 \times 6 = 48$

$9 \times 2 = 18$

$6 \times 5 = 30$

$4 \times 7 = 28$

$1 \times 3 = 3$

$2 \times 4 = 8$

$3 \times 6 = 18$

$6 \times 9 = 54$

$3 \times 9 = 27$

$8 \times 8 = 64$

$4 \times 9 = 36$

$8 \times 2 = 16$

$4 \times 5 = 20$

$2 \times 5 = 10$

$6 \times 6 = 36$

$7 \times 8 = 56$

$5 \times 9 = 45$

$4 \times 8 = 32$

$1 \times 9 = 9$

$7 \times 2 = 14$

$6 \times 1 = 6$

$4 \times 3 = 12$

$8 \times 9 = 72$

$9 \times 1 = 9$

$8 \times 7 = 56$

$2 \times 9 = 18$

$2 \times 2 = 4$

$4 \times 6 = 24$

$8 \times 3 = 24$

$7 \times 1 = 7$

$7 \times 5 = 35$

$6 \times 2 = 12$

$9 \times 6 = 54$

$8 \times 1 = 8$

$9 \times 9 = 81$

$2 \times 7 = 14$

$1 \times 4 = 4$

$3 \times 2 = 6$

$7 \times 9 = 63$

$0 \times 8 = 0$

$5 \times 7 = 35$

$3 \times 1 = 3$

$7 \times 7 = 49$

$5 \times 1 = 5$

$1 \times 2 = 2$

Follow multiplication with division. Learning facts is an important step, similar to learning phonics in reading. It will enable them to conquer harder math if they are fluent in the basics. Take the time to practice and gain fluency in math facts.

Genesis Curriculum offers an offline math program where your first through fourth level students can all learn and practice together through word problems linked to the main curriculum.

Our main curriculum is daily history, science, language arts, and Biblical language inspired by a daily Bible reading. The first two years of the curriculum take you through the books of Genesis and Exodus. See our site and join our mailing list to keep up with the latest developments.

We also offer a preschool and kindergarten curriculum for ages three to six. Kids will start with learning the alphabet and basics like shapes and colors and work their way through sight reading, phonics, counting to twenty, an introduction to basic math, and pre-handwriting skills.

The Genesis Rainbow Readers use classic, high-quality literature and put it in a format for the GC student. Each book has its own unique dictionary. Books include helps for understanding and some are even lightly edited for content. The spelling has been updated to modern American spelling standards to help your child succeed in every way.

GenesisCurriculum.com

Made in the USA
Las Vegas, NV
27 January 2024

85007331R00044